HEIMUR MIÐAUSTURLENSKI GRÆNMETISÆTAN

Lyftu upp gómnum þínum með 100 grænmetisuppskriftum frá Mið-Austurlöndum

Hilda Snorradóttir

Höfundarréttarefni ©2024

Allur réttur áskilinn

Engan hluta þessarar bókar má nota eða senda á nokkurn hátt eða á nokkurn hátt án skriflegs samþykkis útgefanda og höfundarréttarhafa, nema stuttar tilvitnanir sem notaðar eru í umsögn. Þessi bók ætti ekki að koma í staðinn fyrir læknisfræðilega, lögfræðilega eða aðra faglega ráðgjöf.

EFNISYFIRLIT

EFNISYFIRLIT 3

KYNNING 7

MORGUNMATUR 8

    1. Brauð (Khubz Ragag) 9

    2. Chebab (pönnukökur) 11

    3. Laban (jógúrt) með döðlum 13

    4. Khabeesa 15

    5. Jógúrt og döðlur Smoothie 17

    6. Sardínur og kartöfluhas 19

    7. Full Medames 21

    8. Maldouf Flatbrauð 23

    9. Shakshuka 25

    10. Manoushe (sýrlensk flatbrauð með Za'atar) 27

    11. Ka'ak brauð 29

    12. Fatteh (sýrlenskur morgunmatur) 31

    13. Syrian Flatb las 33

    14. Labneh og Za'atar ristað brauð 35

SNILLINGAR OG FORRÉTTIR 37

    15. Úrvals döðludiskur 38

    16. Villa 40

    17. Samosa 42

    18. Khubz (Flatbrauð) franskar 45

    19. Döðlur með möndlum 47

    20. Falafel 49

    21. Spínat fituefni 51

    22. Fylltur laukur 53

    23. Latkes 56

DIPS OG DREIFUR 58

    24. Muhammara (sýrlensk heit pipardýfa) 59

    25. Baba Ghanoush 62

    26. Sýrlenskur hummus 64

    27. Butternut Squash & Tahini álegg 66

    28. Hummus með furuhnetum og ólífuolíu 68

29. Za'atar og ólífuolíudýfa 70
30. Laban Bi Khiar (jógúrt og gúrkudýfa) 72
31. Musabaha (kjúklingabaunir með hummus) og pítu 74

AÐALRÉTTUR 77

32. Mejadra 78
33. Na'ama er feitur 81
34. Baby spínat salat með döðlum og möndlum 83
35. Ristað butternut squash með za'atar 85
36. Blandað baunasalat 87
37. Rótargrænmetissala með labneh 90
38. Steiktir tómatar með hvítlauk 92
39. Steikt blómkál með tahini 94
40. Tabbouleh 96
41. Sabih 98

SÚPUR 101

42. Shorbat Khodar (grænmetisúpa) 102
43. Grænmetis Shurbah 104
44. Kars- og kjúklingasúpa með rósavatni 106
45. Heit jógúrt og byggsúpa 109
46. Pistasíusúpa 111
47. Brennt eggaldin og Mograbieh súpa 114
48. Tómat- og súrdeigssúpa 117

SALÖT 119

49. Tómatar og gúrkusalat 120
50. Kjúklingabaunasalat (Salatat Hummus) 122
51. Tabbouleh salat 124
52. Fattoush salat 126
53. Blómkáls-, bauna- og hrísgrjónasalat 128
54. Döðlu- og valhnetusalat 130
55. Gulrót og appelsínusalat 132
56. Quinoa salat 134
57. Rauðrófu og jógúrt salat 136
58. Hvítkál salat 138
59. Linsubaunasalat (Salatat auglýsingar) 140

60. Kryddaðar kjúklingabaunir og grænmetissalat 142

61. Ristað blómkáls- og heslihnetusalat 145

62. Kryddað gulrótarsalat 147

63. Steinselju- og byggsalat 149

64. Gróft kúrbít og tómatsalat 151

EFTIRLITUR 154

65. Rósavatnsbúðingur (Mahalabiya) 155

66. Halwa (Sætur hlaup eftirréttur) 157

67. Mushaltat 159

68. Döðlukaka 162

69. Qamar al-Din búðingur 164

70. Kardimommur hrísgrjónabúðingur 166

71. Luqaimat (Sætur dumplings) 168

72. Rósakökur (Qurabiya) 170

73. Banana- og döðluterta 172

74. Saffran ís 174

75. Rjómakaramellu (Muhallabia) 176

76. Mamoul með döðlum 178

77. sýrlenska Namora 181

78. Sýrlenskar döðlubrúnkökur 183

79. Baklava 186

80. Halawet el Jibn (sýrlenskar sætar ostarúllur) 188

81. Basbousa (Semolina kaka) 190

82. Znoud El Sit (sýrlensk rjómafyllt sætabrauð) 192

83. Mafroukeh (semolína og möndlueftirréttur) 194

84. Rauð pipar og bakaðar eggjagalettur 196

85. Herb Pie 199

86. Burekas 202

87. Ghraybeh 205

88. Mutabbaq 207

89. Sherbat 210

DRYKKIR 212

90. Kasmír Kahwa 213

91. Mint límonaði (Limon w Nana) 215

92. Sahlab 217

93. Tamarind safi (Tamar hindí) 219
94. Rósavatnslímonaði 221
95. Saffranmjólk (Haleeb al-Za'fran) 223
96. Granatepli mocktail 225
97. Saffran límonaði 227
98. Kanill döðluhristingur 229
99. Kókos kardimommuhristingur 231
100. Minty grænt te 233

NIÐURSTAÐA 235

KYNNING

Farðu í matargerðarferð um líflegan og bragðmikinn heim Miðausturlenskrar matargerðar með „HEIMUR MIÐAUSTURLENSKI GRÆNMETISÆTAN". Þessi matreiðslubók er hliðin þín að ríkulegu veggteppi af grænmetisætum, þar sem djörf krydd, ferskar kryddjurtir og heilnæmt hráefni koma saman til að búa til smekkssinfóníu sem mun lyfta gómnum þínum. Með 100 vandlega útbúnum uppskriftum býður þetta safn þér að njóta kjarna Miðausturlenskrar grænmetismatargerðar.

Sjáðu fyrir þér iðandi markaði, ilm af framandi kryddi sem streymir um loftið og gleðilegar samkomur þar sem máltíðir eru hátíð allsnægta og samfélags. "HEIMUR MIÐAUSTURLENSKI GRÆNMETISÆTAN" er ekki bara matreiðslubók; þetta er matreiðslukönnun sem kafar ofan í fjölbreyttar og fornar hefðir jurtamatar í Miðausturlöndum.

Hvort sem þú ert staðráðinn grænmetisæta, ævintýragjarn heimakokkur sem vill stækka matargerðarlistina þína, eða einfaldlega leitast við að fylla máltíðirnar með djörfum bragði svæðisins, eru þessar uppskriftir gerðar til að hvetja og gleðja. Frá matarmiklum plokkfiskum til líflegra salata, og frá ilmandi hrísgrjónaréttum til girnilegra eftirrétta, hver uppskrift er virðing fyrir listfengi Miðausturlenskrar grænmetismatargerðar.

Vertu með okkur þegar við opnum leyndarmál íburðarmikils mezze, könnum fjölhæfni belgjurta og fögnum líflegum litum og áferð sem skilgreina grænmetismatargerð Miðausturlanda. „HEIMUR MIÐAUSTURLENSKI GRÆNMETISÆTAN" er félagi þinn við að búa til nærandi, bragðmikla og seðjandi jurtamat sem sýna fram á ríkidæmi þessarar matargerðarhefðar.

Svo, brýndu hnífana þína, safnaðu kryddi og við skulum leggja af stað í ferðalag til að lyfta gómnum þínum með 100 grænmetisuppskriftum frá Mið-Austurlöndum sem lofa sinfóníu bragða og hátíð listarinnar að elda mat úr jurtum.

Morgunmatur

1.Brauð (Khubz Ragag)

HRÁEFNI:
- 2 bollar hveiti
- 1 tsk salt
- Vatn

LEIÐBEININGAR:
a) Blandið saman hveiti og salti í stórri skál og þeytið saman.
b) Bætið vatni smám saman út í hveitiblönduna og tryggið rækilega blöndun. Stilltu vatnsmagnið miðað við þá lokaáferð sem óskað er eftir:
c) Fyrir þunnt, crepe-eins brauð, bætið við bolla af vatni, haldið áfram þar til samkvæmið er þynnri en pönnukökudeig, þannig að hægt sé að hella því yfir pönnu.
d) Fyrir þykkara, pítulíkt brauð, bætið við um ½ bolla af vatni í upphafi og miðið að deigþykkt svipað og hefðbundið brauðdeig. Það gæti þurft viðbótarvatn, en bætið því við smám saman og hnoðið vandlega til að staðfesta þörfina.
e) Hitið stóra pönnu, helst kryddað steypujárn, yfir meðalháan hita.
f) Ef þú notar þynnra deigið skaltu hella því á pönnuna og hringja þannig að yfirborðið er þunnt. Athugið: Með þessari aðferð er aðeins hægt að baka eitt brauð í einu.
g) Ef þú notar þykkara deigið skaltu klípa það í litlar kúlur og fletja út með lófunum áður en þær eru settar á pönnuna. Með þessari aðferð er hægt að elda mörg brauð samtímis, allt eftir stærð þeirra.
h) Fyrir þynnri útgáfuna, eldið í um það bil eina mínútu. Þegar miðjan harðnar skaltu nota spaða til að snúa henni í 30 sekúndur í viðbót. Færið það yfir á disk og endurtakið ferlið með afganginum af deiginu.
i) Fyrir þykkari útgáfuna, eldið aðeins lengur en eina mínútu. Þegar brúnirnar byrja að harðna skaltu snúa við með spaða og elda í 30 sekúndur til 1 mínútu til viðbótar. Þegar því er lokið skaltu færa á disk og endurtaka með afganginum af deiginu.
j) Berið brauðið fram heitt, annað hvort eitt og sér eða ásamt viðbótarréttum. Njóttu!

2.Chebab (pönnukökur)

HRÁEFNI:
- 2 bollar hveiti
- 1/2 bolli semolina
- 1/2 bolli sykur
- 1/2 tsk ger
- 2 bollar heitt vatn
- Ghee til að elda

LEIÐBEININGAR:
a) Blandið saman hveiti, semolina, sykri, geri og volgu vatni í skál til að mynda deig. Látið hvíla í klukkutíma.
b) Hitið pönnu eða pönnu og smyrjið með ghee.
c) Hellið sleif af deigi á pönnu og eldið þar til loftbólur birtast á yfirborðinu.
d) Snúið pönnukökunni við og steikið hina hliðina þar til hún er gullinbrún.
e) Berið fram heitt með hunangi eða döðlusírópi.

3.Laban (jógúrt) með döðlum

HRÁEFNI:
- 2 bollar hrein jógúrt
- 1/2 bolli döðlur, holhreinsaðar og saxaðar
- 2 matskeiðar hunang
- Möndlur eða valhnetur, saxaðar (valfrjálst)
- Möluð kardimommur, fyrir bragðið

LEIÐBEININGAR:
a) Þeytið hreina jógúrt þar til hún er slétt.
b) Blandið söxuðum döðlum og hunangi saman við.
c) Skreytið með söxuðum hnetum og stráð af malaðri kardimommu.
d) Geymið í kæli í smá stund áður en það er borið fram til að fá frískandi bragð.

4.Khabeesa

HRÁEFNI:
- 2 bollar semolina
- 1 bolli sykur
- 1/2 bolli ghee
- 1 bolli jógúrt
- 1 tsk möluð kardimommur
- 1/2 bolli rúsínur (valfrjálst)
- Vatn, eftir þörfum

LEIÐBEININGAR:
a) Blandið semolina, sykri, ghee, jógúrt og malaðri kardimommu í skál.
b) Bætið vatni smám saman við til að mynda þykkt deig.
c) Hitið pönnu og hellið litlum skömmtum af deiginu til að búa til pönnukökur.
d) Eldið þar til báðar hliðar eru gullinbrúnar.
e) Skreytið með rúsínum ef vill.
f) Berið fram heitt.

5.Jógúrt og döðlur Smoothie

HRÁEFNI:
- 1 bolli döðlur sem eru steinhreinsaðar
- 1 bolli jógúrt
- 1/2 bolli mjólk
- 1 matskeið hunang
- Ísmolar

LEIÐBEININGAR:
a) Blandaðu saman döðlum, jógúrt, mjólk og hunangi í blandara.
b) Blandið þar til slétt.
c) Bætið við ísmolum og blandið aftur þar til smoothie nær tilætluðum samkvæmni.
d) Hellið í glös og berið fram kælt.

6.Sardínur og kartöfluhas

HRÁEFNI:
- 2 dósir af sardínum í olíu, tæmdar
- 3 meðalstórar kartöflur, skrældar og skornar í teninga
- 1 laukur, smátt saxaður
- 2 tómatar, skornir í bita
- 2 hvítlauksgeirar, saxaðir
- 1 tsk malað kúmen
- 1 tsk malað kóríander
- Salt og pipar, eftir smekk
- Ólífuolía til matreiðslu
- Ferskt kóríander til skrauts

LEIÐBEININGAR:
a) Hitið ólífuolíu á pönnu og steikið saxaðan lauk og hvítlauk þar til það er mjúkt.
b) Bætið kartöflum saman við og eldið þar til þær byrja að brúnast.
c) Hrærið malað kúmeni, malað kóríander, salti og pipar saman við.
d) Bætið sneiðum tómötum út í og eldið þar til þeir brotna niður.
e) Brjótið sardínurnar varlega saman við og passið að brjóta þær ekki of mikið.
f) Eldið þar til kartöflurnar eru mjúkar og bragðið blandast saman.
g) Skreytið með fersku kóríander áður en það er borið fram.

7.Full Medames

HRÁEFNI:
- 2 bollar soðnar fava baunir
- 1/4 bolli ólífuolía
- 1 laukur, smátt saxaður
- 2 hvítlauksgeirar, saxaðir
- 1 tómatur, skorinn í teninga
- 1 tsk malað kúmen
- 1 tsk malað kóríander
- Salt og pipar, eftir smekk
- Fersk steinselja til skrauts
- Harðsoðin egg til að bera fram (valfrjálst)
- Flatbrauð eða píta til framreiðslu

LEIÐBEININGAR:
a) Hitið ólífuolíu á pönnu og steikið saxaðan lauk og hvítlauk þar til það er mjúkt.
b) Bætið sneiðum tómötum út í og eldið þar til þeir brotna niður.
c) Hrærið malað kúmeni, malað kóríander, salti og pipar saman við.
d) Bætið soðnum fava baunum út í og eldið þar til þær eru orðnar í gegn.
e) Maukið smá af baununum til að búa til rjóma áferð.
f) Skreytið með ferskri steinselju.
g) Berið fram með harðsoðnum eggjum til hliðar ef vill og með flatbrauði eða pítu.

8.Maldouf Flatbrauð

Hráefni:
- 2 bollar heilhveiti
- Salt eftir smekk
- 1/4 bolli Ghee (skýrt smjör) fyrir grunnsteikingu
- Vatn Til að hnoða deig
- 8-14 1/2 bolli mjúkar döðlur
- 1 bolli sjóðandi vatn

LEIÐBEININGAR:
a) Leggið döðlurnar í bleyti í 1 bolla af sjóðandi vatni í 2-3 klukkustundir eða þar til þær eru mjúkar.
b) Maukið mjúku döðlurnar með síu eða fínu möskva. Þú gætir þurft blandara til að blanda, ef hann er ekki mjög mjúkur fyrir þig.
c) Blandið maukuðu döðlunum saman við salti, 1 msk ghee og hveiti og búið til mjúkt deig.
d) Látið deigið hvíla í að lágmarki 20 mínútur.
e) Skiptið deiginu í jafnar eða sítrónustærðar kúlur.
f) Rúllið hverri til að mynda flatbrauð/paratha/hringlaga disk/eða móta sem þú vilt vera 5-6 tommur að lengd.
g) Grunnsteikið hvert með því að nota ghee þar til það er eldað frá báðum hliðum. Þar sem döðlur eru í deiginu verður það eldað mjög hratt.

9.Shakshuka

HRÁEFNI:
- 2 matskeiðar ólífuolía
- 1 laukur, smátt saxaður
- 2 paprikur, skornar í teninga
- 3 hvítlauksgeirar, saxaðir
- 1 dós (28 oz) niðursoðnir tómatar
- 1 tsk malað kúmen
- 1 tsk möluð paprika
- Salt og pipar eftir smekk
- 4-6 egg
- Fersk steinselja til skrauts

LEIÐBEININGAR:
a) Hitið ólífuolíu yfir meðalhita í stórri pönnu.
b) Steikið lauk og papriku þar til það er mjúkt.
c) Bætið söxuðum hvítlauk út í og eldið í eina mínútu til viðbótar.
d) Hellið söxuðum tómötum út í og kryddið með kúmeni, papriku, salti og pipar. Látið malla í um 10-15 mínútur þar til sósan þykknar.
e) Búið til litla hola í sósunni og brjótið eggin út í þær.
f) Lokið pönnunni og eldið þar til eggin eru steikt að vild.
g) Skreytið með ferskri steinselju og berið fram með brauði.

10. Manoushe (sýrlensk flatbrauð með Za'atar)

HRÁEFNI:
- Pizzadeig eða flatbrauðsdeig
- Za'atar kryddblanda
- Ólífuolía
- Valfrjálst: Labneh eða jógúrt til að dýfa í

LEIÐBEININGAR:
a) Fletjið pizzu- eða flatbrauðsdeigið út í þunnt hringlaga form.
b) Dreifið ríkulegu magni af ólífuolíu yfir deigið.
c) Stráið Za'atar kryddblöndunni jafnt yfir deigið.
d) Bakið í ofni þar til brúnirnar eru orðnar gylltar og stökkar.
e) Valfrjálst: Berið fram með hlið af labneh eða jógúrt til að dýfa í.

11. Ka'ak brauð

HRÁEFNI:
- 4 bollar alhliða hveiti
- 1 matskeið sykur
- 1 tsk salt
- 1 matskeið virkt þurrger
- 1 1/2 bollar heitt vatn
- Sesamfræ til áleggs

LEIÐBEININGAR:
a) Blandið saman hveiti, sykri og salti í stórri skál.
b) Leysið gerið upp í volgu vatni í sérstakri skál og látið standa í 5 mínútur þar til það er froðukennt.
c) Bætið gerblöndunni saman við hveitiblönduna og hnoðið þar til þú hefur slétt deig.
d) Skiptið deiginu í litlar kúlur og mótið þær í kringlótt eða sporöskjulaga brauð.
e) Setjið formbrauðið á ofnplötu, penslið með vatni og stráið sesamfræjum yfir.
f) Bakið í forhituðum ofni við 375°F (190°C) þar til gullbrúnt.

12. Fatteh (sýrlenskur morgunmatur)

HRÁEFNI:
- 2 bollar soðnar kjúklingabaunir
- 2 bollar hrein jógúrt
- 2 hvítlauksgeirar, saxaðir
- 1 bolli ristað flatbrauð (pita eða líbanskt brauð)
- 1/4 bolli furuhnetur, ristaðar
- 2 matskeiðar skýrt smjör (ghee)
- Malað kúmen, eftir smekk
- Salt og pipar, eftir smekk

LEIÐBEININGAR:
a) Leggðu ristuðu flatbrauðsstykkin í lag í borðskál.
b) Blandið jógúrtinni saman við hakkað hvítlauk, salti og pipar í skál. Dreifið því yfir brauðið.
c) Toppið með soðnum kjúklingabaunum.
d) Dreypið skýru smjöri yfir og stráið ristuðum furuhnetum og möluðu kúmeni yfir.
e) Berið fram heitt sem matarmikið og bragðmikið morgunverðarpott.

13. Syrian Flatb las

HRÁEFNI:
- 1 11/16 bollar vatn
- 2 matskeiðar jurtaolía
- ½ tsk hvítur sykur
- 1 ½ tsk salt
- 3 bollar alhliða hveiti
- 1 ½ tsk virkt þurrger

LEIÐBEININGAR:
a) Settu hráefni í pönnu brauðvélarinnar í þeirri röð sem framleiðandinn mælir með.
b) Veldu deiglotuna á brauðvélinni þinni og ýttu á Start.
c) Þegar deighringurinn er næstum lokið skaltu forhita ofninn í 475 gráður F (245 gráður C).
d) Snúið deiginu út á létt hveitistráð yfirborð.
e) Skiptið deiginu í átta jafna hluta og mótið þá í hringi.
f) Hyljið hringina með rökum klút og látið þá hvíla.
g) Rúllaðu hverju deigi í þunnan flatan hring, um það bil 8 tommur í þvermál.
h) Eldið tvær umferðir í einu á forhituðum bökunarplötum eða bökunarsteini þar til þær blása upp og verða gullinbrúnar, um það bil 5 mínútur.
i) Endurtaktu ferlið fyrir brauðin sem eftir eru.
j) Berið sýrlenska brauðið fram heitt og njóttu fjölhæfni þess með hádegismat eða kvöldmat.

14. Labneh og Za'atar ristað brauð

HRÁEFNI:
- Labneh (þynnt jógúrt)
- Za'atar kryddblanda
- Ólífuolía
- Pítubrauð eða skorpubrauð

LEIÐBEININGAR:
a) Smyrjið ríkulegu magni af labneh á ristað pítubrauð eða uppáhalds skorpubrauðið þitt.
b) Stráið za'atar kryddblöndunni yfir.
c) Dreypið ólífuolíu yfir.
d) Berið fram sem opna samloku eða skera í smærri bita.

SNILLINGAR OG FORréttir

15. Úrvals döðludiskur

HRÁEFNI:
- 4-5 bollar döðlur eða hvaða afbrigði sem er
- 1/2 bolli ristuð sólblómafræ
- 1/2 bolli ristuð graskersfræ
- 1/2 bolli ristuð hvít sesamfræ
- 1/2 bolli ristuð svört sesamfræ
- 1/2 bolli ristaðar jarðhnetur

LEIÐBEININGAR:
a) Þvoið og þurrkið allar döðlurnar. Gakktu úr skugga um að þau séu þurr og rakalaus.
b) Gerðu rauf í miðju hverrar döðlu og fjarlægðu fræin. Fleygðu fræunum.
c) Fylltu miðju hverrar döðlu með ristuðum sólblómafræjum, graskersfræjum, hvítum sesamfræjum, svörtum sesamfræjum og hnetum.
d) Raðaðu fylltu döðlunum á stórt fat, þannig að þær eru aðgengilegar og sjónrænt aðlaðandi.
e) Geymið ýmsar döðlur í loftþéttum umbúðum í kæli.

16. Villa

HRÁEFNI:
- 2 dósir af fava baunum, tæmdar og skolaðar
- 2 hvítlauksgeirar, saxaðir
- 1/4 bolli ólífuolía
- Safi úr 1 sítrónu
- Salt og pipar, eftir smekk
- Hakkað steinselja til skrauts
- brauð (Rukhal), til framreiðslu

LEIÐBEININGAR:
a) Á pönnu, steikið hakkaðan hvítlauk í ólífuolíu þar til hann er ilmandi.
b) Bætið fava baunum út í og eldið þar til þær eru orðnar í gegn.
c) Maukið baunirnar örlítið með gaffli.
d) Kryddið með sítrónusafa, salti og pipar.
e) Skreytið með saxaðri steinselju.
f) Berið fram með brauði.

17. Samosa

HRÁEFNI:

Fyrir Samosa deig:
- 2 bollar alhliða hveiti (maida) (260 grömm)
- 1 tsk ajwain (carom fræ)
- 1/4 tsk salt
- 4 matskeiðar + 1 teskeið olía (60 ml + 5 ml)
- Vatn til að hnoða deigið (um 6 matskeiðar)

Fyrir Samosa fyllingu:
- 3-4 miðlungs kartöflur (500-550 grömm)
- 2 matskeiðar olía
- 1 tsk kúmenfræ
- 1 tsk fennel fræ
- 2 tsk mulin kóríanderfræ
- 1 tsk smátt saxað engifer
- 1 grænn chili, saxaður
- 1/4 tsk hing (asafoetida)
- 1/2 bolli + 2 matskeiðar grænar baunir (bleyti í volgu vatni ef notaðar eru frosnar)
- 1 tsk kóríanderduft
- 1/2 tsk garam masala
- 1/2 tsk amchur (þurrkað mangó duft)
- 1/4 tsk rautt chili duft (eða eftir smekk)
- 3/4 tsk salt (eða eftir smekk)
- Olía til djúpsteikingar

LEIÐBEININGAR:

Búðu til Samosa deig:
a) Í stórri skál skaltu sameina alhliða hveiti, ajwain og salt.
b) Bætið olíu út í og nuddið hveitið með olíu þar til það líkist mola. Þetta ætti að taka 3-4 mínútur.
c) Bætið vatni smám saman út í, hnoðið til að mynda stíft deig. Ekki ofvinna deigið; það ætti bara að koma saman.
d) Hyljið deigið með rökum klút og látið standa í 40 mínútur.

Gerðu kartöflufyllingu:
e) Sjóðið kartöflur þar til þær eru tilbúnar (8-9 flaut ef notaður er hraðsuðukatli eða 12 mínútur við háþrýsting í instant potti).
f) Flysjið og stappið kartöflurnar.

g) Hitið olíu á pönnu og bætið við kúmenfræjum, fennelfræjum og muldum kóríanderfræjum. Steikið þar til arómatískt.
h) Bætið við söxuðum engifer, grænu chili, hing, soðnum og kartöflumús og grænum ertum. Blandið vel saman.
i) Bætið við kóríanderdufti, garam masala, amchur, rauðu chilidufti og salti. Blandið þar til það hefur blandast vel saman. Takið af hitanum og látið fyllinguna kólna.

Mótaðu og steiktu Samosa:
j) Eftir að deigið hefur hvílt, skiptið því í 7 jafna hluta.
k) Rúllaðu hverjum hluta í hring með 6-7 tommu þvermál og skerðu hann í tvo hluta.
l) Taktu einn hluta, settu vatn á beinu brúnina og myndaðu keilu. Fylltu með 1-2 matskeiðum af kartöflufyllingu.
m) Lokaðu samósanum með því að klípa í brúnirnar. Endurtaktu fyrir deigið sem eftir er.
n) Hitið olíu á lágum hita. Steikið samósurnar á lágum hita þar til þær eru stífar og ljósbrúnar (10-12 mínútur). Hækkið hitann í miðlungs og steikið þar til þær eru gullinbrúnar.
o) Steikið 4-5 samósa í einu og hver lota tekur um 20 mínútur við lágan hita.

18.Khubz (Flatbrauð) franskar

HRÁEFNI:
- 4 flatkökur (Khubz)
- 2 matskeiðar ólífuolía
- 1 tsk malað kúmen
- 1 tsk paprika
- Salt eftir smekk

LEIÐBEININGAR:
a) Hitið ofninn í 350°F (180°C).
b) Penslið flatkökur með ólífuolíu og stráið kúmeni, papriku og salti yfir.
c) Skerið flatkökur í þríhyrninga eða strimla.
d) Bakið í ofni í 10-12 mínútur eða þar til stökkt.
e) Kælið áður en það er borið fram.

19. Döðlur með möndlum

HRÁEFNI:
- Ferskar döðlur
- Möndlur, heilar eða helmingar

LEIÐBEININGAR:
a) Hellið döðlunum með því að skera lítinn skurð og fjarlægja fræið.
b) Setjið heila möndlu eða hálfa í holrúmið sem fræið skilur eftir sig.

20. Falafel

HRÁEFNI:
- 2 bollar liggja í bleyti og tæmdar kjúklingabaunir
- 1 lítill laukur, saxaður
- 3 hvítlauksgeirar, saxaðir
- 1/4 bolli fersk steinselja, söxuð
- 1 tsk malað kúmen
- 1 tsk malað kóríander
- Salt og pipar, eftir smekk
- Olía til steikingar

LEIÐBEININGAR:
a) Blandið saman kjúklingabaunum, lauk, hvítlauk, steinselju, kúmeni, kóríander, salti og pipar í matvinnsluvél þar til gróf blanda myndast.
b) Mótaðu blönduna í litlar kúlur eða kex.
c) Hitið olíu á pönnu og steikið þar til þær eru gullinbrúnar á báðum hliðum.
d) Tæmið á pappírshandklæði.
e) Berið fram heitt með tahinisósu eða jógúrt.

21. Spínat fituefni

HRÁEFNI:
- 2 bollar saxað spínat
- 1 lítill laukur, smátt saxaður
- 1/4 bolli furuhnetur
- 1 matskeið ólífuolía
- 1 tsk malað súmak
- Salt og pipar, eftir smekk
- Pizzadeig eða tilbúnar sætabrauðsplötur

LEIÐBEININGAR:
a) Steikið laukinn í ólífuolíu þar til hann verður gegnsær.
b) Bætið söxuðu spínati út í og eldið þar til það er visnað.
c) Hrærið furuhnetum, möluðu sumak, salti og pipar saman við.
d) Fletjið út pizzadeigið eða sætabrauðsplöturnar og skerið í hringi.
e) Setjið skeið af spínatblöndunni á hvern hring, brjótið í tvennt og þéttið brúnirnar.
f) Bakið þar til gullbrúnt.
g) Berið fram heitt.

22. Fylltur laukur

Hráefni:
- 4 stórir laukar (2 lb / 900 g samtals, afhýdd þyngd) um 1⅔ bollar / 400 ml grænmetiskraftur
- 1½ msk granatepli melass
- salt og nýmalaður svartur pipar
- FULLING
- 1½ msk ólífuolía
- 1 bolli / 150 g smátt saxaður skalottlaukur
- ½ bolli / 100 g stuttkorna hrísgrjón
- ¼ bolli / 35 g furuhnetur, muldar
- 2 msk söxuð fersk mynta
- 2 msk saxuð flatblaða steinselja
- 2 tsk þurrkuð mynta
- 1 tsk malað kúmen
- ⅛ tsk malaður negull
- ¼ tsk malað pipar
- ¾ tsk salt
- ½ tsk nýmalaður svartur pipar
- 4 sítrónubátar (má sleppa)

LEIÐBEININGAR:
a) Flysjið og skerið um 0,5 cm af toppum og hala laukanna, setjið klippta laukinn í stóran pott með miklu vatni, látið suðuna koma upp og eldið í 15 mínútur. Tæmdu og settu til hliðar til að kólna.

b) Til að undirbúa fyllinguna, hitið ólífuolíuna á meðalháum pönnu við meðalháan hita og bætið skalottlaukunum út í. Látið malla í 8 mínútur, hrærið oft, bætið síðan við öllu því sem eftir er nema sítrónubátana. Snúðu hitann í lágmark og haltu áfram að elda og hrærðu í 10 mínútur.

c) Notaðu lítinn hníf til að skera langt frá toppnum á lauknum að botninum, hlaupið alla leið að miðju hans, þannig að hvert lag af lauk hefur aðeins eina rauf í gegnum það. Byrjaðu að aðskilja lauklögin varlega, hvert af öðru, þar til þú nærð kjarnanum. Ekki hafa áhyggjur ef sum laganna rifna aðeins í gegnum flögnunina; þú getur samt notað þá.

d) Haltu lagi af lauk í annarri bollaðri hendi og skeiðaðu um 1 matskeið af hrísgrjónablöndunni í helminginn af lauknum, settu fyllinguna nálægt öðrum enda opsins. Ekki freistast til að fylla það meira, því það þarf að pakka henni fallega inn. Brjótið tómu hliðina á lauknum yfir fylltu hliðina og rúllið því þétt upp þannig að hrísgrjónin séu þakin nokkrum lögum af lauk án lofts í miðjunni. Setjið í meðalstóra pönnu sem þið eruð með lok á, saumið með hliðinni niður og haltu áfram með laukinn og hrísgrjónablönduna sem eftir er. Leggið laukinn hlið við hlið á pönnunni þannig að ekkert pláss sé til að hreyfa sig. Fylltu öll rými með hluta af lauknum sem ekki hefur verið fyllt. Bætið nægu soði saman við svo að laukarnir verði þrír fjórðu þaktir ásamt granateplumelassanum og kryddið með ¼ tsk salti.

e) Lokið á pönnunni og látið malla við sem minnst krauma í 1½ til 2 klukkustundir þar til vökvinn hefur gufað upp. Berið fram heitt eða við stofuhita, með sítrónubátum ef vill.

23. Latkes

Gerir: 12 LATKES

Hráefni
- 5½ bollar / 600 g skrældar og rifnar frekar vaxkenndar kartöflur eins og Yukon Gold
- 2¾ bollar / 300 g skrældar og rifnar parsnips
- ⅔ bolli / 30 g graslaukur, smátt saxaður
- 4 eggjahvítur
- 2 msk maíssterkja
- 5 msk / 80 g ósaltað smjör
- 6½ msk / 100 ml sólblómaolía
- salt og nýmalaður svartur pipar
- sýrður rjómi, til að bera fram

LEIÐBEININGAR

a) Skolið kartöfluna í stórri skál af köldu vatni. Tæmið í sigti, kreistið úr umframvatni og dreifið síðan kartöflunni á hreint eldhúshandklæði til að þorna alveg.
b) Í stórri skál blandið saman kartöflu, pastinip, graslauk, eggjahvítu, maíssterkju, 1 tsk salt og nóg af svörtum pipar.
c)
d) Hitið helminginn af smjörinu og helminginn af olíunni á stórri pönnu við meðalháan hita. Notaðu hendurnar til að tína skammta af um það bil 2 matskeiðum af latke-blöndunni, kreistu vel til að fjarlægja hluta af vökvanum og mótaðu í þunnar kökur sem eru um það bil 3/8 tommur / 1 cm þykkar og 3¼ tommur / 8 cm í þvermál. Settu varlega eins marga latkes og þú getur passað á pönnuna, ýttu þeim varlega niður og jafnaðu þá með bakinu á skeið. Steikið við meðalháan hita í 3 mínútur á hvorri hlið. Latkarnir þurfa að vera alveg brúnir að utan. Fjarlægðu steiktu latkurnar úr olíunni, settu á pappírshandklæði og haltu heitum á meðan þú eldar restina. Bætið restinni af smjörinu og olíunni út í eftir þörfum. Berið fram í einu með sýrðum rjóma til hliðar.

DIPS OG DREIFUR

24. Muhammara (sýrlensk heit pipardýfa)

HRÁEFNI:
- 2 sætar paprikur, fræhreinsaðar og skornar í fjórða
- 3 sneiðar heilhveitibrauð, skorpurnar fjarlægðar
- ¾ bolli ristaðar valhnetur, saxaðar
- 2 matskeiðar sítrónusafi
- 2 matskeiðar Aleppo pipar
- 2 tsk granatepli melass
- 1 hvítlauksgeiri, saxaður
- 1 tsk kúmenfræ, grófmulin
- Salt eftir smekk
- ½ bolli ólífuolía
- 1 klípa sumac duft

LEIÐBEININGAR:

a) Stilltu ofngrindina um 6 tommur frá hitagjafanum og forhitaðu grillið í ofninum.
b) Klæðið bökunarplötu með álpappír.
c) Settu paprikuna með afskornum hliðum niður á tilbúna bökunarplötu.
d) Steikið undir forhitaðri grillkáli þar til hýðið af paprikunni hefur svartna og myndast í blöðrum, um það bil 5 til 8 mínútur.
e) Ristið brauðsneiðarnar í brauðrist og látið þær kólna.
f) Settu ristað brauð í plastpoka sem hægt er að loka aftur, kreistu út loft, lokaðu pokann og myldu með kökukefli til að mynda mola.
g) Flyttu ristuðu paprikuna í skál og lokaðu vel með plastfilmu.
h) Setjið til hliðar þar til hýðið af paprikunni er laust, um það bil 15 mínútur.
i) Fjarlægðu og fargaðu skinninu.
j) Maukið skrældar paprikur með gaffli.
k) Í matvinnsluvél, blandaðu saman papriku, brauðmylsnu, ristuðum valhnetum, sítrónusafa, Aleppo pipar, granatepli melassa, hvítlauk, kúmeni og salti.
l) Pússaðu blönduna nokkrum sinnum til að blandast áður en hún er keyrð á lægstu stillingu.
m) Straumu ólífuolíu hægt inn í piparblönduna þar sem hún blandar saman þar til hún er alveg samofin.
n) Færið muhammarablönduna yfir í framreiðslufat.
o) Stráið sumac yfir blönduna áður en hún er borin fram.

25. Baba Ghanoush

HRÁEFNI:
- 4 stór ítalsk eggaldin
- 2 geirar pressaðir hvítlaukur
- 2 tsk kosher salt, eða eftir smekk
- 1 sítróna, djúsuð eða fleiri eftir smekk
- 3 matskeiðar tahini, eða meira eftir smekk
- 3 matskeiðar extra virgin ólífuolía
- 2 matskeiðar hrein grísk jógúrt
- 1 klípa cayenne pipar, eða eftir smekk
- 1 lauf fersk mynta, söxuð (valfrjálst)
- 2 matskeiðar söxuð fersk ítalsk steinselja

LEIÐBEININGAR:
a) Forhitið útigrill fyrir meðalháan hita og smyrjið ristina létt.
b) Stungið yfirborð eggaldinshýðsins nokkrum sinnum með hnífsoddinum.
c) Settu eggaldin beint á grillið. Snúðu oft með töng á meðan húðin bleiknar.
d) Eldið þar til eggaldin hafa hrunið og eru mjög mjúk, um 25 til 30 mínútur.
e) Færið í skál, hyljið vel með álpappír og látið kólna í um 15 mínútur.
f) Þegar eggaldin eru orðin nógu köld til að meðhöndla þau skaltu kljúfa þau í tvennt og skafa holdið í sigti sem sett er yfir skál.
g) Tæmið í 5 eða 10 mínútur.
h) Færið eggaldinið yfir í hrærivélaskál og bætið niður muldum hvítlauk og salti.
i) Maukið þar til kremað en með smá áferð, um 5 mínútur.
j) Þeytið sítrónusafa, tahini, ólífuolíu og cayenne pipar út í.
k) Hrærið jógúrt út í.
l) Hyljið skálina með plastfilmu og geymið í kæli þar til hún er alveg köld, um það bil 3 eða 4 klukkustundir.
m) Smakkaðu til að stilla krydd.
n) Áður en borið er fram skaltu hræra myntu og saxaðri steinselju saman við.

26.Sýrlenskur hummus

HRÁEFNI:
- 5 óafhýddir hvítlauksgeirar
- 2 matskeiðar extra virgin ólífuolía, skipt
- 1 (15 aura) dós garbanzo baunir, tæmd
- ½ bolli tahini
- ⅓ bolli ferskur sítrónusafi
- 1 tsk malað kúmen
- 1 tsk salt

LEIÐBEININGAR:
a) Forhitið ofninn í 450 gráður F (230 gráður C).
b) Settu óafhýddar hvítlauksgeirar í miðjuna á stórum ferningi af álpappír.
c) Dreypið negul með 1 msk ólífuolíu og pakkið þeim inn í álpappír.
d) Steikið í forhituðum ofni í 10 til 15 mínútur þar til hvítlaukurinn verður gullinbrúnn.
e) Takið úr ofninum og leyfið ristuðum hvítlauknum að kólna í 5 til 10 mínútur.
f) Kreistið ristaða hvítlaukinn úr hýðunum í matvinnsluvél.
g) Bætið tæmdum garbanzo baunum, tahini, ferskum sítrónusafa, möluðu kúmeni, salti og 1 msk ólífuolíu sem eftir er í matvinnsluvélina.
h) Vinnið hráefnin þar til blandan verður mjög rjómalöguð.
i) Flyttu sýrlenska hummusinn yfir í skál.
j) Valfrjálst, dreypið ólífuolíu yfir og stráið klípu af kúmeni yfir.
k) Berið fram með pítubrauði, grænmeti eða uppáhalds dýfuvalkostunum þínum.

27.Butternut Squash & Tahini álegg

Gerir: 6 TIL 8

Hráefni
- 1 mjög stór hnetuskál (um 2½ lb / 1,2 kg), afhýdd og skorin í bita (7 bollar / 970 g samtals)
- 3 msk ólífuolía
- 1 tsk malaður kanill
- 5 msk / 70 g létt tahinimauk
- ½ bolli / 120 g grísk jógúrt
- 2 lítil hvítlauksrif, mulin
- 1 tsk blönduð svört og hvít sesamfræ (eða bara hvít, ef þú átt ekki svört)
- 1½ tsk döðlusíróp
- 2 msk hakkað kóríander (má sleppa)
- salt

LEIÐBEININGAR
a) Forhitið ofninn í 400°F / 200°C.
b) Dreifið squashinu út í miðlungs steikarpönnu. Hellið ólífuolíu yfir og stráið kanil og ½ tsk salti yfir. Blandið vel saman, hyljið pönnuna vel með álpappír og steikið í ofni í 70 mínútur, hrærið einu sinni á meðan á eldun stendur. Takið úr ofninum og látið kólna.
c) Flyttu squashið í matvinnsluvél ásamt tahini, jógúrt og hvítlauk. Púlsaðu gróflega þannig að allt blandist í gróft deig, án þess að smyrslan verði slétt; þú getur líka gert þetta í höndunum með því að nota gaffal eða kartöflustöppu.
d) Dreifið smjörhnetunni í bylgjumunstri yfir flatan disk og stráið sesamfræjunum yfir, dreypið sírópinu yfir og endið með kóríander, ef það er notað.

28.Hummus með furuhnetum og ólífuolíu

HRÁEFNI:
- 1 dós (15 oz) kjúklingabaunir, tæmdar og skolaðar
- 1/4 bolli tahini
- 1/4 bolli ólífuolía
- 2 hvítlauksgeirar, saxaðir
- Safi úr 1 sítrónu
- Salt eftir smekk
- Furuhnetur og auka ólífuolía til skrauts

LEIÐBEININGAR:
a) Blandið saman kjúklingabaunum, tahini, ólífuolíu, hvítlauk, sítrónusafa og salti í matvinnsluvél.
b) Blandið þar til slétt.
c) Flyttu yfir í framreiðsluskál, dreyfðu ólífuolíu yfir og stráðu furuhnetum yfir.

29.Za'atar og ólífuolíudýfa

HRÁEFNI:
- 3 matskeiðar za'atar kryddblanda
- 1/4 bolli ólífuolía
- Pítubrauð til framreiðslu

LEIÐBEININGAR:
a) Blandið za'atar saman við ólífuolíu í lítilli skál til að búa til þykkt deig.
b) Berið fram sem ídýfu með fersku eða ristuðu pítubrauði.

30.Laban Bi Khiar (jógúrt og gúrkudýfa)

HRÁEFNI:
- 1 bolli grísk jógúrt
- 1 agúrka, smátt skorin
- 2 hvítlauksgeirar, saxaðir
- 2 matskeiðar fersk mynta, söxuð
- Salt og pipar eftir smekk
- Ólífuolía til að hella yfir

LEIÐBEININGAR:
a) Blandið grískri jógúrt, hægelduðum agúrku, söxuðum hvítlauk og saxaðri myntu saman í skál.
b) Kryddið með salti og pipar.
c) Dreypið ólífuolíu yfir áður en borið er fram.

31.Musabaha (kjúklingabaunir með hummus) og pítu

Gerir: 6

Hráefni
- 1¼ bollar / 250 g þurrkaðar kjúklingabaunir
- 1 tsk matarsódi
- 1 msk malað kúmen
- 4½ msk / 70 g létt tahinimauk
- 3 msk nýkreistur sítrónusafi
- 1 hvítlauksgeiri, pressaður
- 2 msk ísköld vatn
- 4 litlar pítur (4 oz / 120 g samtals)
- 2 msk ólífuolía
- 2 msk saxuð flatblaða steinselja
- 1 tsk sæt paprika
- salt og nýmalaður svartur pipar

TAHINI SÓSA
- 5 msk / 75 g létt tahinimauk
- ¼ bolli / 60 ml vatn
- 1 msk nýkreistur sítrónusafi
- ½ hvítlauksgeiri, pressaður

Sítrónusósa
- ⅓ oz / 10 g flatblaða steinselja, smátt saxuð
- 1 grænt chili, smátt saxað
- 4 msk nýkreistur sítrónusafi
- 2 msk hvítvínsedik
- 2 hvítlauksgeirar, pressaðir
- ¼ tsk salt

LEIÐBEININGAR

a) Fylgdu Basic hummus uppskriftinni fyrir aðferðina við að bleyta og elda kjúklingabaunir, en eldaðu þær aðeins minna; þær ættu að hafa smá mótstöðu eftir í sér en samt vera fulleldaðar. Tæmdu soðnu kjúklingabaunirnar, geymdu ⅓ bolla / 450 g) ásamt eldunarvatninu, kúmeninu, ½ tsk salti og ¼ tsk pipar. Haltu blöndunni heitri.

b) Setjið afganginn af kjúklingabaununum (1 bolli / 150 g) í litla matvinnsluvél og vinnið þar til þú færð stíft deig. Bætið síðan við tahinimaukinu, sítrónusafanum, hvítlauknum og ½ teskeið af salti, þegar vélin er enn í gangi. Að lokum er ískalda vatninu hægt út í og blandað saman í um það bil 3 mínútur þar til þú færð mjög slétt og rjómakennt deig. Látið hummusinn liggja á annarri hliðinni.
c) Á meðan kjúklingabaunir eru að eldast geturðu útbúið aðra þætti réttarins. Fyrir tahinisósuna, setjið allt hráefnið og klípa af salti í litla skál. Blandið vel saman og bætið aðeins meira vatni út í ef þarf til að fá þykkt aðeins rennandi en hunang.
d) Blandið því næst saman öllu hráefninu fyrir sítrónusósuna og setjið til hliðar.
e) Að lokum skaltu opna píturnar og rífa tvær hliðar í sundur. Settu undir heitan grill í 2 mínútur, þar til það er gullið og alveg þurrt. Látið kólna áður en það er brotið í oddvita bita.
f) Skiptið hummusinu í fjórar einstakar grunnar skálar; ekki jafna það eða ýta því niður, þú vilt hæðina. Skeið yfir volgu kjúklingabaununum og síðan tahinisósunni, sítrónusósunni og ögn af ólífuolíu. Skreytið með steinseljunni og papriku stráið og berið fram ásamt ristuðu pítubitunum.

AÐALRÉTTUR

32.Mejadra

Hráefni:
- 1¼ bollar / 250 g grænar eða brúnar linsubaunir
- 4 meðalstórir laukar (1½ lb / 700 g áður en þeir eru skrældir)
- 3 msk alhliða hveiti
- um 1 bolli / 250 ml sólblómaolía
- 2 tsk kúmenfræ
- 1½ msk kóríanderfræ
- 1 bolli / 200 g basmati hrísgrjón
- 2 msk ólífuolía
- ½ tsk malað túrmerik
- 1½ tsk malað pipar
- 1½ tsk malaður kanill
- 1 tsk sykur
- 1½ bollar / 350 ml vatn
- salt og nýmalaður svartur pipar

LEIÐBEININGAR

a) Setjið linsurnar í lítinn pott, hellið miklu vatni yfir, látið suðuna koma upp og eldið í 12 til 15 mínútur þar til linsurnar hafa mýkst en hafa samt smá bit. Tæmið og setjið til hliðar.

b) Afhýðið laukinn og skerið þunnt. Setjið á stóran flatan disk, stráið hveitinu og 1 tsk salti yfir og blandið vel saman með höndunum. Hitið sólblómaolíuna í meðalþykkbotna potti sem settur er yfir háan hita. Gakktu úr skugga um að olían sé heit með því að henda í lítið stykki af lauk; það ætti að snarka kröftuglega. Lækkið hitann í meðalháan og bætið varlega við (það má spýta!) bætið við þriðjungi af sneiðum lauknum. Steikið í 5 til 7 mínútur, hrærið af og til með sleif, þar til laukurinn fær fallegan gullbrúnan lit og verður stökkur (stillið hitastigið þannig að laukurinn steikist ekki of fljótt og brenni). Notaðu skeiðina til að flytja laukinn yfir í sigti sem er klætt með pappírsþurrkum og stráið aðeins meira salti yfir. Gerðu það sama við hinar tvær loturnar af lauknum; bæta við smá auka olíu ef þarf.

c) Þurrkaðu pottinn sem þú steiktir laukinn í hreinn og settu kúmen og kóríanderfræ út í. Settu yfir meðalhita og ristaðu fræin í eina eða tvær mínútur. Bætið við hrísgrjónum, ólífuolíu, túrmerik, kryddjurtum, kanil, sykri, ½ teskeið salti og nóg af svörtum pipar. Hrærið til að hjúpa hrísgrjónin með olíunni og bætið svo soðnu linsubaunum og vatninu út í. Látið suðuna koma upp, hyljið með loki og látið malla við mjög lágan hita í 15 mínútur.

d) Takið af hitanum, takið lokið af og hyljið pönnuna fljótt með hreinu viskustykki. Lokaðu þétt með lokinu og settu til hliðar í 10 mínútur.

e) Bætið að lokum helmingnum af steiktum lauknum út í hrísgrjónin og linsurnar og hrærið varlega með gaffli. Settu blönduna í grunna skál og settu afganginn af lauknum ofan á.

33.Na'ama er feitur

Gerir: 6

Hráefni

- 1 bolli / 200 g grísk jógúrt og ¾ bolli auk 2 msk / 200 ml nýmjólk, eða 1⅔ bollar / 400 ml súrmjólk (kemur í stað bæði jógúrt og mjólkur)
- 2 stór tyrknesk flatbrauð eða naan (9 oz / 250 g samtals)
- 3 stórir tómatar (13 oz / 380 g samtals), skornir í ⅔ tommu / 1,5 cm teninga
- 3½ oz / 100 g radísur, þunnar sneiðar
- 3 líbanskar eða litlar gúrkur (9 oz / 250 g samtals), afhýddar og saxaðar í 1,5 cm teninga
- 2 grænir laukar, þunnar sneiðar
- ½ oz / 15 g fersk mynta
- 1 oz / 25 g flatblaða steinselja, gróft hakkað
- 1 msk þurrkuð mynta
- 2 hvítlauksgeirar, pressaðir
- 3 msk nýkreistur sítrónusafi
- ¼ bolli / 60 ml ólífuolía, auk auka til að dreypa yfir
- 2 msk eplasafi eða hvítvínsedik
- ¾ tsk nýmalaður svartur pipar
- 1½ tsk salt
- 1 msk sumac eða meira eftir smekk, til að skreyta

LEIÐBEININGAR

a) Ef þú notar jógúrt og mjólk skaltu byrja að minnsta kosti 3 klukkustundum og allt að sólarhring fram í tímann með því að setja hvort tveggja í skál. Þeytið vel og látið standa á köldum stað eða í kæli þar til loftbólur myndast á yfirborðinu. Það sem þú færð er eins konar heimatilbúin súrmjólk, en minna súr.

b) Rífið brauðið í hæfilega bita og setjið í stóra blöndunarskál. Bætið gerjuð jógúrtblöndunni þinni eða súrmjólkinni út í, fylgt eftir með restinni af innihaldsefnunum, blandið vel saman og látið standa í 10 mínútur þar til öll bragðefnin blandast saman.

c) Hellið fattoushinu í skálar, hellið smá ólífuolíu yfir og skreytið ríkulega með sumac.

34. Baby spínat salat með döðlum og möndlum

Gerir: 4

Hráefni
- 1 msk hvítvínsedik
- ½ meðalstór rauðlaukur, þunnt sneið
- 3½ oz / 100 g holóttar Medjool döðlur, skornar í fjórða lengd eftir endilöngu
- 2 msk / 30 g ósaltað smjör
- 2 msk ólífuolía
- 2 litlar pítur, um 3½ oz / 100 g, gróflega rifnar í 1½ tommu / 4cm bita
- ½ bolli / 75 g heilar ósaltaðar möndlur, gróft saxaðar
- 2 tsk sumac
- ½ tsk chile flögur
- 5 oz / 150 g barnaspínat lauf
- 2 msk nýkreistur sítrónusafi
- salt

LEIÐBEININGAR
a) Setjið edik, lauk og döðlur í litla skál. Bætið við smá salti og blandið vel saman með höndunum. Látið marinerast í 20 mínútur, tæmdu síðan ediksleifar og fargið.
b) Á meðan skaltu hita smjörið og helminginn af ólífuolíu á miðlungs steikarpönnu við meðalhita. Bætið pítunni og möndlunum út í og eldið í 4 til 6 mínútur, hrærið allan tímann, þar til pítan er stökk og gullinbrún. Takið af hitanum og blandið saman sumak, chile flögum og ¼ teskeið salti. Setjið til hliðar til að kólna.
c) Þegar þú ert tilbúinn til að bera fram skaltu henda spínatblöðunum með pítublöndunni í stóra blöndunarskál. Bætið við döðlunum og rauðlauknum, ólífuolíu sem eftir er, sítrónusafanum og annarri klípu af salti. Smakkið til með kryddi og berið fram strax.

35.Ristað butternut squash með za'atar

Gerir: 4

Hráefni
- 1 stór hnetuskál (2½ lb / 1,1 kg samtals), skorin í ¾ x 2½ tommu / 2 x 6 cm báta
- 2 rauðlaukar, skornir í 1¼-tommu / 3cm báta
- 3½ msk / 50 ml ólífuolía
- 3½ msk létt tahinimauk
- 1½ msk sítrónusafi
- 2 msk vatn
- 1 lítill hvítlauksgeiri, pressaður
- 3½ msk / 30 g furuhnetur
- 1 msk za'atar
- 1 msk gróft söxuð flatblaða steinselja
- Maldon sjávarsalt og nýmalaður svartur pipar

LEIÐBEININGAR

a) Forhitið ofninn í 475°F / 240°C.
b) Setjið squash og lauk í stóra blöndunarskál, bætið 3 msk af olíunni, 1 tsk salti og smá svörtum pipar út í og blandið vel saman. Dreifið á ofnplötu með hýðið niður og steikið í ofni í 30 til 40 mínútur, þar til grænmetið hefur tekið smá lit og er eldað í gegn. Fylgstu með laukunum þar sem hann gæti eldast hraðar en leiðsögnin og þarf að fjarlægja fyrr. Takið úr ofninum og látið kólna.
c) Til að búa til sósuna skaltu setja tahini í litla skál ásamt sítrónusafa, vatni, hvítlauk og ¼ teskeið salti. Þeytið þar til sósan er eins og hunang, bætið við meira vatni eða tahini ef þarf.
d) Hellið 1½ tsk olíu sem eftir er í litla steikarpönnu og setjið yfir miðlungs lágan hita. Bætið furuhnetunum út í ásamt ½ teskeið af salti og eldið í 2 mínútur, hrærið oft, þar til hneturnar eru gullinbrúnar. Takið af hellunni og setjið hneturnar og olíuna yfir í litla skál til að stöðva eldunina.
e) Til að bera fram, dreifið grænmetinu á stórt disk og dreifið tahini yfir. Stráið furuhnetunum og olíu þeirra ofan á og síðan za'atar og steinselju.

36. Blandað baunasalat

Gerir: 4

Hráefni
- 10 oz / 280 g gular baunir, snyrtar (ef þær eru ekki til, tvöfalt magn af grænum baunum)
- 10 oz / 280 g grænar baunir, snyrtar
- 2 rauðar paprikur, skornar í ¼-tommu / 0,5 cm ræmur
- 3 msk ólífuolía, auk 1 tsk fyrir paprikuna
- 3 hvítlauksgeirar, þunnar sneiðar
- 6 msk / 50 g kapers, skolaðar og þurrkaðar
- 1 tsk kúmenfræ
- 2 tsk kóríanderfræ
- 4 grænir laukar, þunnar sneiðar
- ⅓ bolli / 10 g estragon, gróft saxað
- ⅔ bolli / 20 g tínd kirflalauf (eða blanda af tíndu dilli og rifinni steinselju)
- rifinn börkur af 1 sítrónu
- salt og nýmalaður svartur pipar

LEIÐBEININGAR

a) Forhitið ofninn í 450°F / 220°C.
b) Látið suðu koma upp á stóra pönnu með miklu vatni og bætið gulu baununum út í. Eftir 1 mínútu skaltu bæta við grænu baununum og elda í 4 mínútur í viðbót, eða þar til baunirnar eru eldaðar í gegn en samt stökkar. Hressið undir ísköldu vatni, hellið af, þurrkið og setjið í stóra blöndunarskál.
c) Á meðan skaltu henda paprikunni í 1 tsk af olíunni, dreifa á bökunarplötu og setja í ofninn í 5 mínútur, eða þar til þær eru mjúkar. Takið úr ofninum og bætið í skálina með soðnu baununum.
d) Hitið 3 matskeiðar ólífuolíu í litlum potti. Bætið hvítlauknum út í og eldið í 20 sekúndur; bætið kapersunum út í (varlega, þær spýta!) og steikið í 15 sekúndur í viðbót. Bætið kúmeninu og kóríanderfræjunum út í og steikið áfram í 15 sekúndur í viðbót. Hvítlaukurinn ætti að vera orðinn gullinn núna. Takið af hellunni og hellið innihaldi pönnunnar strax yfir baunirnar. Hrærið og bætið við grænum lauk, kryddjurtum, sítrónuberki, ríflegri ¼ teskeið salti og svörtum pipar.
e) Berið fram, eða geymið í kæli í allt að einn dag. Mundu bara að koma aftur í stofuhita áður en það er borið fram.

37. Rótargrænmetissala með labneh

Gerir: 6

Hráefni
- 3 meðalstór rófur (1 lb / 450 g samtals)
- 2 meðalstórar gulrætur (9 oz / 250 g samtals)
- ½ sellerírót (10 oz / 300 g samtals)
- 1 meðalstór kóhlrabi (9 oz / 250 g samtals)
- 4 msk nýkreistur sítrónusafi
- 4 msk ólífuolía
- 3 msk sherry edik
- 2 tsk ofurfínn sykur
- ¾ bolli / 25 g kóríanderlauf, gróft hakkað
- ¾ bolli / 25 g myntulauf, rifin
- ⅔ bolli / 20 g flatlauf steinseljublöð, gróft skorin
- ½ msk rifinn sítrónubörkur
- 1 bolli / 200 g labneh (keypt í búð eða sjá uppskrift)
- salt og nýmalaður svartur pipar
- Flysjið allt grænmetið og skerið það þunnt, um 1/16 lítið heitt chili, smátt saxað

LEIÐBEININGAR
a) Setjið sítrónusafa, ólífuolíu, edik, sykur og 1 tsk salt í lítinn pott. Látið suðuna rólega og hrærið þar til sykurinn og saltið hafa leyst upp. Takið af hitanum.
b) Tæmið grænmetisræmurnar og færið yfir í pappírshandklæði til að þorna vel. Þurrkaðu skálina og skiptu um grænmetið. Hellið heitu dressingunni yfir grænmetið, blandið vel saman og látið kólna. Sett í ísskáp í að minnsta kosti 45 mínútur.
c) Þegar þú ert tilbúinn til að bera fram skaltu bæta kryddjurtum, sítrónuberki og 1 tsk svörtum pipar út í salatið. Hrærið vel, smakkið til og bætið við meira salti ef þarf. Setjið á diska og berið fram með labneh til hliðar.

38.Steiktir tómatar með hvítlauk

Gerir: 2 til 4

Hráefni
- 3 stór hvítlauksrif, mulin
- ½ lítið heitt chili, smátt saxað
- 2 msk saxuð flatblaða steinselja
- 3 stórir, þroskaðir en stífir tómatar (um það bil 450 g samtals)
- 2 msk ólífuolía
- Maldon sjávarsalt og nýmalaður svartur pipar
- Rustic brauð, til að bera fram

LEIÐBEININGAR
a) Blandið hvítlauk, chili og saxaðri steinselju saman í litla skál og setjið til hliðar. Toppið tómatana og sneiðið lóðrétt í sneiðar um það bil 1,5 cm á þykkt.
b) Hitið olíuna á stórri pönnu við meðalhita. Bætið tómatsneiðunum út í, kryddið með salti og pipar og eldið í um 1 mínútu, snúið svo við, kryddið aftur með salti og pipar og stráið hvítlauksblöndunni yfir. Haltu áfram að elda í aðra mínútu eða svo, hristu pönnuna af og til, snúðu svo sneiðunum aftur og eldaðu í nokkrar sekúndur í viðbót, þar til þær eru mjúkar en ekki deigandi.
c) Hvolfið tómötunum á disk, hellið safanum af pönnunni yfir og berið fram strax ásamt brauðinu.

39.Steikt blómkál með tahini

Gerir: 6

Hráefni
- 2 bollar / 500 ml sólblómaolía
- 2 meðalstór blómkál (2¼ lb / 1 kg alls), skipt í litla blómkál
- 8 grænir laukar, hver skipt í 3 langa hluta
- ¾ bolli / 180 g létt tahinimauk
- 2 hvítlauksgeirar, pressaðir
- ¼ bolli / 15 g flatblaða steinselja, saxuð
- ¼ bolli / 15 g söxuð mynta, auk auka til að klára
- ⅔ bolli / 150 g grísk jógúrt
- ¼ bolli / 60ml nýkreistur sítrónusafi, auk rifinn börkur af 1 sítrónu
- 1 tsk granatepli melass, auk auka til að klára
- um ¾ bolli / 180 ml af vatni
- Maldon sjávarsalt og nýmalaður svartur pipar

LEIÐBEININGAR

a) Hitið sólblómaolíuna í stórum potti sem settur er yfir meðalháan hita. Notaðu málmtöng eða málmskeið, settu varlega nokkra blómkálsblóma í einu í olíuna og eldaðu í 2 til 3 mínútur, snúðu þeim við svo þau litist jafnt. Þegar þau eru orðin gullinbrún skaltu nota göt til að lyfta blómunum í sigti til að tæma þau. Stráið smá salti yfir. Haltu áfram í lotum þar til þú klárar allt blómkálið. Næst skaltu steikja græna laukinn í skömmtum en í aðeins um 1 mínútu. Bætið við blómkálið. Leyfðu báðum að kólna aðeins.

b) Hellið tahinimaukinu í stóra blöndunarskál og bætið við hvítlauknum, söxuðum kryddjurtum, jógúrt, sítrónusafa og -börk, granateplumelassa og smá salti og pipar. Hrærið vel með tréskeið um leið og þú bætir vatninu við. Tahinisósan þykknar og losnar síðan um leið og þú bætir vatni við. Ekki bæta of miklu við, bara nóg til að fá þykkt, en samt slétt, hellanlegt samkvæmni, svolítið eins og hunang.

c) Bætið blómkálinu og grænlauknum út í tahinið og hrærið vel. Smakkið til og stillið kryddið. Þú gætir líka viljað bæta við meiri sítrónusafa.

d) Til að bera fram, hellið í skál og endið með nokkrum dropum af granateplumelassa og smá myntu.

40. Tabbouleh

Gerir: 4 RÍKLEGA

Hráefni
- ½ bolli / 30 g fínt bulgur hveiti
- 2 stórir tómatar, þroskaðir en stífir (10½ oz / 300 g samtals)
- 1 skalottlaukur, smátt saxaður (3 msk / 30 g samtals)
- 3 msk nýkreistur sítrónusafi, auk smá auka til að klára
- 4 stór knippi flatblaða steinselju (5½ oz / 160 g samtals)
- 2 knippi myntu (1 oz / 30 g samtals)
- 2 tsk malað pipar
- 1 tsk baharat kryddblanda (keypt í búð eða sjá uppskrift)
- ½ bolli / 80 ml hágæða ólífuolía
- fræ af um það bil ½ stóru granatepli (½ bolli / 70 g samtals), valfrjálst
- salt og nýmalaður svartur pipar

LEIÐBEININGAR

a) Setjið bulgur í fínt sigti og hlaupið undir köldu vatni þar til vatnið sem kemur í gegnum lítur út fyrir að vera tært og megnið af sterkjunni hefur verið fjarlægt. Flyttu yfir í stóra blöndunarskál.

b) Notaðu lítinn hníf til að skera tómatana í 0,5 cm þykkar sneiðar. Skerið hverja sneið í ¼-tommu / 0,5 cm ræmur og síðan í teninga. Bætið tómötunum og safa þeirra í skálina ásamt skalottlauks- og sítrónusafanum og hrærið vel.

c) Taktu nokkrar greinar af steinselju og pakkaðu þeim vel saman. Notaðu stóran, mjög beittan hníf til að klippa flesta stilkana af og fargaðu. Notaðu nú hnífinn til að færa upp stilkana og laufin, „mataðu" hnífinn smám saman til að tæta steinseljuna eins fínt og þú getur og reyndu að forðast að skera stykki breiðari en 1/16 tommu / 1 mm. Bætið í skálina.

d) Takið myntublöðin af stilkunum, pakkið nokkrum þétt saman og rífið þau smátt eins og steinseljan var gerð; ekki saxa þær of mikið þar sem þær eiga það til að mislitast. Bætið í skálina.

e) Bætið loks kryddjurtinum, baharat, ólífuolíu, granatepli, ef það er notað, og smá salti og pipar út í. Smakkið til og bætið við meira salti og pipar ef þið viljið, mögulega smá sítrónusafa, og berið fram.

41. Sabih

Gerir: 4

Hráefni
- 2 stór eggaldin (um það bil 1⅔ lb / 750 g samtals)
- um 1¼ bollar / 300 ml sólblómaolía
- 4 sneiðar gott hvítt brauð, ristað eða ferskar og rakar smápítur
- 1 bolli / 240 ml Tahini sósa
- 4 stór lausagöngu egg, harðsoðin, afhýdd og skorin í 1 cm þykkar sneiðar eða í fjórða
- um 4 msk Zhoug
- amba eða bragðmikil mangó súrum gúrkum (valfrjálst)
- salt og nýmalaður svartur pipar

HÖKKT SALAT
- 2 miðlungs þroskaðir tómatar, skornir í ⅜ tommu / 1 cm teninga (um það bil 1 bolli / 200 g samtals)
- 2 litlar gúrkur, skornar í ⅜ tommu / 1 cm teninga (um það bil 1 bolli / 120 g samtals)
- 2 grænir laukar, þunnar sneiðar
- 1½ msk söxuð flatblaða steinselja
- 2 tsk nýkreistur sítrónusafi
- 1½ msk ólífuolía

LEIÐBEININGAR

a) Notaðu grænmetisskrælara til að afhýða eggaldinshýðisræmur ofan frá og niður og skildu eftir eggaldinin með strimlum af svörtu skinni og hvítu holdi, sebraheilsu. Skerið bæði eggaldin á breidd í sneiðar 1 tommu / 2,5 cm þykkar. Stráið þeim salti á báðar hliðar, dreifið þeim síðan á ofnplötu og látið standa í að minnsta kosti 30 mínútur til að fjarlægja vatn. Notaðu pappírsþurrkur til að þurrka þau.

b) Hitið sólblómaolíuna á breiðri pönnu. Varlega—olían spýtur—steikið eggaldinsneiðarnar í lotum þar til þær eru fallegar og dökkar, snúið einu sinni, 6 til 8 mínútur alls. Bætið við olíu ef þarf þegar þið eldið loturnar. Þegar það er búið ættu eggaldinbitarnir að vera alveg mjúkir í miðjunni. Takið af pönnunni og látið renna af á pappírshandklæði.

c) Búið til saxaða salatið með því að blanda saman öllu hráefninu og krydda með salti og pipar eftir smekk.

d) Rétt fyrir framreiðslu er 1 brauðsneið eða pítusneið sett á hvern disk. Setjið 1 matskeið af tahinisósunni yfir hverja sneið, raðið síðan eggaldinsneiðunum ofan á og skarast. Dreypið meira tahini yfir en án þess að hylja eggaldinsneiðarnar alveg. Kryddið hverja eggjasneið með salti og pipar og raðið yfir eggaldinið. Dreypið meira tahini ofan á og setjið yfir eins mikið zhoug og þú vilt; farðu varlega, það er heitt! Skeið yfir mangósúrur líka, ef vill. Berið grænmetissalatið fram til hliðar, setjið smá skeið ofan á hvern skammt ef vill.

SÚPUR

42. Shorbat Khodar (grænmetisúpa)

HRÁEFNI:
- 1 laukur, saxaður
- 2 gulrætur, skornar í teninga
- 2 kúrbít, skornir í teninga
- 1 kartöflu, skorin í teninga
- 1/2 bolli grænar baunir, saxaðar
- 1/4 bolli linsubaunir
- 1 tsk malað kúmen
- 1 tsk malað kóríander
- 6 bollar grænmetissoð
- Fersk steinselja, söxuð (til skrauts)
- Ólífuolía til að hella yfir
- Salt og pipar eftir smekk

LEIÐBEININGAR:
a) Steikið lauk í potti þar til hann er hálfgagnsær.
b) Bætið við gulrótum, kúrbít, kartöflum, grænum baunum, linsum, kúmeni og kóríander. Hrærið vel.
c) Hellið grænmetissoðinu út í og látið suðuna koma upp. Lækkið hitann og látið malla þar til grænmetið er meyrt.
d) Kryddið með salti og pipar. Skreytið með ferskri steinselju og dreypið ólífuolíu yfir áður en hún er borin fram.

43.Grænmetis Shurbah

Hráefni:
- 2 matskeiðar jurtaolía
- 1 laukur, smátt saxaður
- 2 gulrætur, skrældar og skornar í teninga
- 2 kartöflur, skrældar og skornar í teninga
- 1 kúrbít, skorinn í teninga
- 1 bolli grænar baunir, saxaðar
- 2 tómatar, skornir í bita
- 3 hvítlauksgeirar, saxaðir
- 1 tsk malað kúmen
- 1 tsk malað kóríander
- 1 tsk malað túrmerik
- Salt og pipar eftir smekk
- 6 bollar grænmetissoð
- 1/2 bolli vermicelli eða lítið pasta
- Fersk steinselja til skrauts

LEIÐBEININGAR:
a) Hitið jurtaolíu yfir miðlungshita í stórum potti. Bætið söxuðum lauk og söxuðum hvítlauk út í, steikið þar til það er mjúkt.
b) Bætið hægelduðum gulrótum, kartöflum, kúrbít, grænum baunum og tómötum í pottinn. Eldið í um það bil 5 mínútur, hrærið af og til.
c) Stráið möluðu kúmeni, kóríander, túrmerik, salti og pipar yfir grænmetið. Hrærið vel til að hjúpa grænmetið með kryddinu.
d) Hellið grænmetissoðinu út í og látið suðuna koma upp. Þegar það hefur suðuð, lækkið hitann niður í krauma og leyfið þessu að malla í um 15-20 mínútur eða þar til grænmetið er meyrt.
e) Bætið vermicelli eða litlu pasta í pottinn og eldið samkvæmt leiðbeiningum á pakka þar til al dente.
f) Stilltu kryddið ef þarf og láttu súpuna malla í 5 mínútur til viðbótar til að leyfa bragðinu að blandast saman.
g) Berið fram heitt, skreytt með ferskri steinselju.

44. Kars- og kjúklingasúpa með rósavatni

Hráefni:
- 2 meðalstórar gulrætur (9 oz / 250 g samtals), skornar í ¾-tommu / 2 cm teninga
- 3 msk ólífuolía
- 2½ tsk ras el hanout
- ½ tsk malaður kanill
- 1½ bollar / 240 g soðnar kjúklingabaunir, ferskar eða niðursoðnar
- 1 meðalstór laukur, þunnt sneið
- 2½ msk / 15 g skrælt og fínt saxað ferskt engifer
- 2½ bollar / 600 ml grænmetiskraftur
- 7 únsur / 200 g karsi
- 3½ oz / 100 g spínatlauf
- 2 tsk ofurfínn sykur
- 1 tsk rósavatn
- salt
- Grísk jógúrt, til að bera fram (valfrjálst)
- Forhitið ofninn í 425°F / 220°C.

LEIÐBEININGAR

a) Blandið gulrótunum saman við 1 matskeið af ólífuolíunni, ras el hanout, kanil og ríflegri klípu af salti og dreifið flatt í steikarpönnu klædda smjörpappír. Setjið í ofninn í 15 mínútur, bætið síðan helmingnum af kjúklingabaunum út í, hrærið vel og eldið í 10 mínútur í viðbót, þar til gulrótin mýkist en hefur samt bit.

b) Á meðan skaltu setja laukinn og engiferið í stóran pott. Steikið með afganginum af ólífuolíunni í um það bil 10 mínútur við meðalhita þar til laukurinn er alveg mjúkur og gullinn. Bætið restinni af kjúklingabaununum, soðinu, karsunni, spínati, sykri og ¾ teskeið salti út í, hrærið vel og látið suðuna koma upp. Eldið í eina eða tvær mínútur, bara þar til laufin visna.

c) Notaðu matvinnsluvél eða blandara, blandaðu súpunni þar til hún er mjúk. Bætið rósavatninu út í, hrærið, smakkið til og bætið við meira salti eða rósavatni ef þið viljið. Setjið til hliðar þar til gulrótin og kjúklingabaunurnar eru tilbúnar og hitið svo aftur til að bera fram.

d) Til að bera fram, skiptið súpunni í fjórar skálar og toppið með heitu gulrótinni og kjúklingabaunum og, ef þú vilt, um 2 tsk jógúrt í hverjum skammti.

45.Heit jógúrt og byggsúpa

Hráefni:
- 6¾ bollar / 1,6 lítrar vatn
- 1 bolli / 200 g perlubygg
- 2 meðalstórir laukar, smátt saxaðir
- 1½ tsk þurrkuð mynta
- 4 msk / 60 g ósaltað smjör
- 2 stór egg, þeytt
- 2 bollar / 400 g grísk jógúrt
- ⅔ oz / 20 g fersk mynta, söxuð
- ⅓ oz / 10 g flatblaða steinselja, saxuð
- 3 grænir laukar, þunnar sneiðar
- salt og nýmalaður svartur pipar

LEIÐBEININGAR

a) Hitið vatnið að suðu ásamt bygginu í stórum potti, bætið 1 tsk af salti og látið malla þar til byggið er soðið en samt al dente, 15 til 20 mínútur. Takið af hitanum. Þegar búið er að elda þá þarftu 4¾ bolla / 1,1 lítra af eldunarvökvanum fyrir súpuna; fylltu á með vatni ef þú situr eftir með minna vegna uppgufunar.

b) Á meðan byggið er að eldast, steikið laukinn og þurrkaða myntu við meðalhita í smjörinu þar til það er mjúkt, um það bil 15 mínútur. Bætið þessu við soðna byggið.

c) Þeytið saman egg og jógúrt í stórri hitaþolinni blöndunarskál. Blandið smá af bygginu og vatni rólega saman við, einni sleif í einu, þar til jógúrtin hefur hitnað. Þetta mun tempra jógúrtina og eggin og koma í veg fyrir að þau klofni þegar hún er bætt við heita vökvann.

d) Bætið jógúrtinni í súpupottinn og farðu aftur á miðlungshita, hrærið stöðugt þar til súpan er komin að mjög léttum suðu. Takið af hitanum, bætið söxuðum kryddjurtum og grænlauk út í og athugið kryddið.

e) Berið fram heitt.

46. Pistasíusúpa

Hráefni:
- 2 msk sjóðandi vatn
- ¼ tsk saffranþræðir
- 1⅔ bollar / 200 g skurnar ósaltaðar pistasíuhnetur
- 2 msk / 30 g ósaltað smjör
- 4 skalottlaukar, smátt saxaðir (3½ oz / 100 g samtals)
- 1 oz / 25 g engifer, afhýtt og smátt saxað
- 1 blaðlaukur, smátt saxaður (1¼ bollar / 150 g samtals)
- 2 tsk malað kúmen
- 3 bollar / 700 ml grænmetiskraftur
- ⅓ bolli / 80 ml nýkreistur appelsínusafi
- 1 msk nýkreistur sítrónusafi
- salt og nýmalaður svartur pipar
- sýrður rjómi, til að bera fram

LEIÐBEININGAR:
a) Forhitið ofninn í 350°F / 180°C. Hellið sjóðandi vatninu yfir saffranþræðina í litlum bolla og látið standa í 30 mínútur.
b) Til að fjarlægja pistasíuhýðina, þeytið hneturnar í sjóðandi vatni í 1 mínútu, látið renna af og á meðan þær eru enn heitar skaltu fjarlægja hýðina með því að þrýsta hnetunum á milli fingranna. Ekki mun allt hýðið losna eins og með möndlur - þetta er í lagi þar sem það hefur ekki áhrif á súpuna - en að losa sig við eitthvað af hýði mun bæta litinn og gera hana skærgræna. Dreifið pistasíuhnetunum á ofnplötu og steikið í ofni í 8 mínútur. Takið út og látið kólna.
c) Hitið smjörið í stórum potti og bætið skalottlaukum, engifer, blaðlauk, kúmeni, ½ teskeið af salti og smá svörtum pipar út í. Steikið við meðalhita í 10 mínútur, hrærið oft, þar til skalottlaukur eru alveg mjúkir. Bætið soðinu út í og helminginn af saffranvökvanum. Lokið á pönnunni, lækkið hitann og látið súpuna malla í 20 mínútur.
d) Setjið allt nema 1 matskeið af pistasíuhnetunum í stóra skál ásamt helmingi súpunnar. Notaðu hrærivél til að blanda þar til það er slétt og settu þetta síðan aftur í pottinn. Bætið appelsínu- og sítrónusafanum út í, hitið aftur og smakkið til til að stilla kryddið.
e) Til að bera fram, saxið pistasíuhneturnar gróft í sundur. Hellið heitu súpunni yfir í skálar og toppið með skeið af sýrðum rjóma. Stráið pistasíuhnetunum yfir og dreypið afganginum af saffranvökvanum yfir.

47.Brennt eggaldin og Mograbieh súpa

Hráefni:
- 5 lítil eggaldin (um 2½ lb / 1,2 kg samtals)
- sólblómaolía, til steikingar
- 1 laukur, skorinn í sneiðar (um það bil 1 bolli / 125 g samtals)
- 1 msk kúmenfræ, nýmaluð
- 1½ tsk tómatmauk
- 2 stórir tómatar (12 oz / 350 g samtals), roðhreinsaðir og skornir í teninga
- 1½ bollar / 350 ml grænmetiskraftur
- 1⅔ bollar / 400 ml vatn
- 4 hvítlauksrif, pressuð
- 2½ tsk sykur
- 2 msk nýkreistur sítrónusafi
- ⅓ bolli / 100 g mograbieh, eða valkostur, eins og maftoul, fregola eða risastór kúskús (sjá kafla um kúskús)
- 2 msk rifin basil, eða 1 msk saxað dill, valfrjálst
- salt og nýmalaður svartur pipar

LEIÐBEININGAR:
a) Byrjaðu á því að brenna þrjú af eggaldinunum. Til að gera þetta skaltu fylgja leiðbeiningunum fyrir Brennt eggaldin með hvítlauk, sítrónu og granateplafræjum .
b) Skerið eggaldin sem eftir eru í ⅔ tommu / 1,5 cm teninga. Hitið um ⅔ bolli / 150 ml olíu í stórum potti við miðlungsháan hita. Þegar það er heitt skaltu bæta við eggaldinsterningunum. Steikið í 10 til 15 mínútur, hrærið oft, þar til allt er litað; bæta við smá olíu ef þarf svo það sé alltaf smá olía á pönnunni. Fjarlægðu eggaldinið, settu í sigti til að tæma það og stráðu salti yfir.
c) Gakktu úr skugga um að þú eigir um 1 matskeið olíu eftir á pönnunni, bætið svo lauknum og kúmeninu út í og steikið í um 7 mínútur, hrærið oft. Bætið tómatmaukinu út í og eldið í eina mínútu áður en tómötunum, soðinu, vatni, hvítlauk, sykri, sítrónusafa, 1½ tsk salt og smá svörtum pipar er bætt út í. Látið malla varlega í 15 mínútur.
d) Á meðan, láttu suðu koma upp í lítinn pott af söltu vatni og bætið við mograbieh eða öðru. Eldið þar til al dente; þetta er mismunandi eftir vörumerkjum en ætti að taka 15 til 18

mínútur (athugaðu pakkann). Tæmið og hressið undir köldu vatni.

e) Færið brennda eggaldinskjötið yfir í súpuna og hrærið í sléttan vökva með blöndunartæki. Bætið mograbieh og steiktu eggaldininu út í, geymið smá til að skreyta í lokin og látið malla í 2 mínútur í viðbót. Smakkið til og stillið kryddið. Berið fram heitt, með fráteknu mograbieh og steiktu eggaldini ofan á og skreytt með basil eða dilli, ef þú vilt.

48. Tómat- og súrdeigssúpa

Hráefni:
- 2 msk ólífuolía, auk auka til að klára
- 1 stór laukur, saxaður (1⅔ bollar / 250 g samtals)
- 1 tsk kúmenfræ
- 2 hvítlauksgeirar, pressaðir
- 3 bollar / 750 ml grænmetiskraftur
- 4 stórir þroskaðir tómatar, saxaðir (4 bollar / 650 g samtals)
- einn 14-oz / 400g dós saxaðir ítalskir tómatar
- 1 msk ofurfínn sykur
- 1 sneið súrdeigsbrauð (1½ oz / 40 g samtals)
- 2 msk hakkað kóríander, auk auka til að klára
- salt og nýmalaður svartur pipar

LEIÐBEININGAR:
a) Hitið olíuna í meðalstórum potti og bætið lauknum út í. Steikið í um 5 mínútur, hrærið oft, þar til laukurinn er hálfgagnsær. Bætið kúmeninu og hvítlauknum út í og steikið í 2 mínútur. Hellið soðinu út í, báðar tómatategundirnar, sykur, 1 tsk salt og góðan mala af svörtum pipar.
b) Látið súpuna sjóða rólega og eldið í 20 mínútur, bætið brauðinu út í, rifið í bita, hálfa leið í eldunarferlinu.
c) Að lokum er kóríander bætt út í og síðan hrært með blandara í nokkrum pulsum þannig að tómatarnir brotni niður en séu samt svolítið grófir og þykkir. Súpan á að vera frekar þykk; bæta við smá vatni ef það er of þykkt á þessum tímapunkti. Berið fram, hellt yfir olíu og stráð með ferskri kóríander.

SALÖT

49. Tómatar og gúrkusalat

HRÁEFNI:
- 4 tómatar, skornir í teninga
- 2 gúrkur, skornar í teninga
- 1 rauðlaukur, smátt saxaður
- 1 grænt chili, smátt saxað
- Ferskt kóríander, saxað
- Safi úr 2 sítrónum
- Salt og pipar eftir smekk

LEIÐBEININGAR:
a) Blandið saman tómötum, gúrkum, rauðlauk, grænu chili og kóríander í skál.
b) Bætið við sítrónusafa, salti og pipar. Kasta til að sameina.
c) Kældu í ísskáp í klukkutíma áður en það er borið fram.

50.Kjúklingabaunasalat (Salatat Hummus)

HRÁEFNI:
- 2 bollar soðnar kjúklingabaunir
- 1 agúrka, skorin í teninga
- 1 tómatur, skorinn í teninga
- 1/2 rauðlaukur, smátt saxaður
- 1/4 bolli söxuð fersk mynta
- 1/4 bolli söxuð fersk steinselja
- Safi úr 1 sítrónu
- 2 matskeiðar ólífuolía
- Salt og pipar, eftir smekk

LEIÐBEININGAR:
a) Blandið saman kjúklingabaunum, gúrku, tómötum, rauðlauk, myntu og steinselju í skál.
b) Dreypið sítrónusafa og ólífuolíu yfir.
c) Kryddið með salti og pipar.
d) Hrærið salatinu vel og berið fram kælt.

51. Tabbouleh salat

HRÁEFNI:

- 1 bolli bulgurhveiti, lagt í bleyti í heitu vatni í 1 klst
- 2 bollar fersk steinselja, smátt söxuð
- 1 bolli fersk myntulauf, smátt skorin
- 4 tómatar, smátt skornir
- 1 agúrka, smátt skorin
- 1/2 bolli rauðlaukur, smátt saxaður
- Safi úr 3 sítrónum
- Ólífuolía
- Salt og pipar eftir smekk

LEIÐBEININGAR:

a) Tæmið bleytu bulgur og settu það í stóra skál.
b) Bætið við saxaðri steinselju, myntu, tómötum, gúrku og rauðlauk.
c) Í lítilli skál, þeytið saman sítrónusafa og ólífuolíu. Hellið yfir salatið.
d) Kryddið með salti og pipar. Hrærið vel og kælið í að minnsta kosti 30 mínútur áður en það er borið fram.

52.Fattoush salat

HRÁEFNI:
- 2 bollar blandað salatgrænmeti (salat, rucola, radicchio)
- 1 agúrka, skorin í teninga
- 2 tómatar, skornir í bita
- 1 rauð paprika, söxuð
- 1/2 bolli radísur, sneiddar
- 1/4 bolli fersk myntulauf, söxuð
- 1/4 bolli fersk steinselja, söxuð
- 1/4 bolli ólífuolía
- Safi úr 1 sítrónu
- 1 tsk sumak
- Salt og pipar eftir smekk
- Pítubrauð, ristað og brotin í bita

LEIÐBEININGAR:
a) Blandið saman salatgrænu, agúrku, tómötum, papriku, radísum, myntu og steinselju í stóra skál.
b) Í lítilli skál, þeytið saman ólífuolíu, sítrónusafa, súmak, salti og pipar.
c) Hellið dressingunni yfir salatið og blandið saman.
d) Toppið með ristuðu pítubrauðsstykki áður en það er borið fram.

53. Blómkáls-, bauna- og hrísgrjónasalat

Hráefni:
FYRIR SALATIÐ:
- 1 bolli soðin basmati hrísgrjón, kæld
- 1 lítill blómkálshaus, skorinn í báta
- 1 dós (15 oz) nýrnabaunir, tæmd og skoluð
- 1/2 bolli söxuð fersk steinselja
- 1/4 bolli söxuð fersk myntulauf
- 1/4 bolli niðurskorinn grænn laukur

FYRIR KLÆÐINU:
- 3 matskeiðar ólífuolía
- 2 matskeiðar sítrónusafi
- 1 tsk malað kúmen
- 1 tsk malað kóríander
- Salt og pipar eftir smekk

LEIÐBEININGAR:
a) Forhitið ofninn í 400°F (200°C).
b) Kasta blómkálsblómum með smá af ólífuolíu, salti og pipar.
c) Dreifið þeim á bökunarplötu og steikið í um 20-25 mínútur eða þar til þær eru gullinbrúnar og meyrar. Leyfið því að kólna.
d) Eldið basmati hrísgrjónin samkvæmt leiðbeiningum á pakka. Þegar það er soðið, látið það kólna að stofuhita.
e) Í lítilli skál, þeytið saman ólífuolíu, sítrónusafa, malað kúmen, malað kóríander, salt og pipar. Stilltu kryddið að þínum smekk.
f) Blandaðu saman kældu hrísgrjónunum, ristuðu blómkálinu, nýrnabaunum, saxaðri steinselju, saxaðri myntu og sneiðum grænum lauk í stóra salatskál.
g) Hellið dressingunni yfir salatið og hrærið varlega þar til allt er vel húðað.
h) Kælið salatið í að minnsta kosti 30 mínútur áður en það er borið fram til að leyfa bragðinu að blandast saman.
i) Berið fram kælt og skreytið með fleiri ferskum kryddjurtum ef vill.

54. Döðlu- og valhnetusalat

HRÁEFNI:
- 1 bolli blandað salatgrænmeti
- 1 bolli döðlur, grófhreinsaðar og saxaðar
- 1/2 bolli valhnetur, saxaðar
- 1/4 bolli fetaostur, mulinn
- Balsamic vínaigrette dressing

LEIÐBEININGAR:
a) Raðið salatgrænu á disk.
b) Stráið söxuðum döðlum, valhnetum og muldum fetaosti yfir grænmetið.
c) Dreypið balsamic vínaigrette dressingu yfir.
d) Hrærið varlega áður en það er borið fram.

55. Gulrót og appelsínusalat

HRÁEFNI:
- 4 bollar rifnar gulrætur
- 2 appelsínur, skrældar og sneiddar
- 1/4 bolli rúsínur
- 1/4 bolli saxaðar pistasíuhnetur
- Appelsínu vínaigrette dressing

LEIÐBEININGAR:

a) Blandið saman rifnum gulrótum, appelsínubitum, rúsínum og pistasíuhnetum í stóra skál.
b) Dreypið appelsínuvínaigrettedressingu yfir.
c) Hrærið vel og kælið í að minnsta kosti 30 mínútur áður en það er borið fram.

56.Quinoa salat

HRÁEFNI:
- 1 bolli soðið kínóa
- 1 bolli kirsuberjatómatar, helmingaðir
- 1 agúrka, skorin í teninga
- 1/2 bolli fetaostur, mulinn
- 1/4 bolli Kalamata ólífur, sneiddar
- Ferskt oregano, saxað
- Ólífuolía
- Rauðvínsedik
- Salt og pipar eftir smekk

LEIÐBEININGAR:
a) Blandið saman soðnu kínóa, kirsuberjatómötum, agúrku, fetaosti, ólífum og fersku oregano í stóra skál.
b) Dreypið ólífuolíu og rauðvínsediki yfir.
c) Kryddið með salti og pipar. Hrærið varlega áður en það er borið fram.

57. Rauðrófu og jógúrt salat

HRÁEFNI:
- 2 meðalstórar rauðrófur, soðnar og skornar í teninga
- 1 bolli jógúrt
- 2 hvítlauksgeirar, saxaðir
- Salt, eftir smekk
- Saxuð myntulauf til skrauts

LEIÐBEININGAR:
a) Blandið saman niðurskornum rauðrófum og jógúrt í skál.
b) Bætið við hakkaðri hvítlauk og salti, hrærið vel.
c) Skreytið með söxuðum myntulaufum.
d) Kælið áður en það er borið fram.

58.Hvítkál salat

HRÁEFNI:
- 1 lítið hvítkál, fínt rifið
- 1 gulrót, rifin
- 1/2 bolli majónesi
- 1 matskeið hvítt edik
- 1 matskeið sykur
- Salt og pipar, eftir smekk

LEIÐBEININGAR:
a) Blandið rifnu hvítkáli og rifnum gulrót saman í stóra skál.
b) Blandið majónesi, hvítu ediki, sykri, salti og pipar í sérstakri skál til að búa til dressingu.
c) Hellið dressingunni yfir kálblönduna og blandið þar til hún er vel húðuð.
d) Kælið áður en það er borið fram.

59. Linsubaunasalat (Salatat auglýsingar)

HRÁEFNI:

- 1 bolli soðnar brúnar linsubaunir
- 1 agúrka, skorin í teninga
- 1 tómatur, skorinn í teninga
- 1 rauðlaukur, smátt saxaður
- Ferskt kóríander, saxað
- Ólífuolía
- Sítrónusafi
- Malað kúmen
- Salt og pipar, eftir smekk

LEIÐBEININGAR:

a) Blandið saman soðnum linsubaunum, niðurskornum agúrku, sneiðum tómötum og saxuðum rauðlauk í skál.
b) Dreypið ólífuolíu og sítrónusafa yfir.
c) Stráið malað kúmeni, fersku kóríander, salti og pipar yfir.
d) Hrærið salatinu varlega og berið fram kælt.

60.Kryddaðar kjúklingabaunir og grænmetissalat

Gerir: 4

Hráefni
- ½ bolli / 100 g þurrkaðar kjúklingabaunir
- 1 tsk matarsódi
- 2 litlar gúrkur (10 oz / 280 g samtals)
- 2 stórir tómatar (10½ oz / 300 g samtals)
- 8½ oz / 240 g radísur
- 1 rauð paprika, fræhreinsuð og rif fjarlægð
- 1 lítill rauðlaukur, afhýddur
- ⅔ oz / 20 g kóríander lauf og stilkar, gróft saxaðir
- ½ oz / 15 g flatblaða steinselja, gróft hakkað
- 6 msk / 90 ml ólífuolía
- rifinn börkur af 1 sítrónu ásamt 2 msk safa
- 1½ msk sherry edik
- 1 hvítlauksgeiri, pressaður
- 1 tsk ofurfínn sykur
- 1 tsk maluð kardimommur
- 1½ tsk malað pipar
- 1 tsk malað kúmen
- Grísk jógúrt (valfrjálst)
- salt og nýmalaður svartur pipar

LEIÐBEININGAR

a) Leggið þurrkuðu kjúklingabaunirnar í bleyti yfir nótt í stórri skál með miklu köldu vatni og matarsódanum. Næsta dag, tæmdu, settu í stóran pott og hyldu með vatni tvöfalt rúmmál kjúklingabaunanna. Látið suðuna koma upp og látið malla, fjarlægið hvaða froðu sem er, í um það bil klukkutíma þar til það er alveg meyrt, hellið síðan af.

b) Skerið gúrkuna, tómata, radísur og pipar í 1,5 cm teninga; skera laukinn í ¼-tommu / 0,5 cm teninga. Blandið öllu saman í skál með kóríander og steinselju.

c) Blandið 5 msk / 75 ml af ólífuolíu, sítrónusafa og -berki, ediki, hvítlauk og sykri saman í krukku eða lokanlegt ílát og blandið vel saman til að mynda dressingu, kryddið síðan eftir smekk með salti og pipar. Hellið dressingunni yfir salatið og hrærið létt.

d) Blandið saman kardimommunni, kryddjurtunum, kúmeninu og ¼ tsk salti og dreifið á disk. Kasta soðnum kjúklingabaununum í kryddblöndunni í nokkrum lotum til að hjúpa vel. Hitið afganginn af ólífuolíu á pönnu við meðalhita og léttsteikið kjúklingabaunirnar í 2 til 3 mínútur, hristið pönnuna varlega svo þær eldist jafnt og festist ekki. Halda hita.

e) Skiptið salatinu á fjóra diska, raðið því í stóran hring og setjið volgar kryddaðar kjúklingabaunir ofan á, hafðu brún salatsins skýr. Þú getur hellt grískri jógúrt ofan á til að gera salatið rjómakennt.

61. Ristað blómkáls- og heslihnetusalat

Gerir: 2 TIL 4

Hráefni
- 1 höfuð blómkál, brotið í litla blóma (1½ lb / 660 g samtals)
- 5 msk ólífuolía
- 1 stór sellerístilkur, skorinn á horn í ¼-tommu / 0,5 cm sneiðar (⅔ bolli / 70 g samtals)
- 5 msk / 30 g heslihnetur, með hýði
- ⅓ bolli / 10 g lítil flatlauf steinseljublöð, tínd
- ⅓ bolli / 50 g granatepli fræ (frá u.þ.b. ½ meðalstórt granatepli)
- rausnarlegur ¼ tsk malaður kanill
- rausnarleg ¼ tsk malað pipar
- 1 msk sherry edik
- 1½ tsk hlynsíróp
- salt og nýmalaður svartur pipar

LEIÐBEININGAR
a) Forhitið ofninn í 425°F / 220°C.
b) Blandið blómkálinu saman við 3 matskeiðar af ólífuolíu, ½ tsk salti og smá svörtum pipar. Dreifið út á pönnu og steikið á efstu grind í ofninum í 25 til 35 mínútur, þar til blómkálið er stökkt og hlutar þess eru orðnir gullinbrúnir. Flyttu yfir í stóra blöndunarskál og settu til hliðar til að kólna.
c) Minnkaðu ofnhitann í 325°F / 170°C. Dreifið heslihnetunum á bökunarplötu klædda bökunarpappír og steikið í 17 mínútur.
d) Leyfið hnetunum að kólna aðeins, saxið þær síðan gróft og bætið út í blómkálið ásamt olíunni sem eftir er og restinni af hráefnunum. Hrærið, smakkið til og kryddið með salti og pipar í samræmi við það. Berið fram við stofuhita.

62. Kryddað gulrótarsalat

Gerir: 4

Hráefni
- 6 stórar gulrætur, skrældar (um það bil 1½ lb / 700 g samtals)
- 3 msk sólblómaolía
- 1 stór laukur, smátt saxaður (2 bollar / 300 g samtals)
- 1 msk Pilpelchuma eða 2 msk harissa (keypt í búð eða sjá uppskrift)
- ½ tsk malað kúmen
- ½ tsk kúmenfræ, nýmaluð
- ½ tsk sykur
- 3 msk eplasafi edik
- 1½ bollar / 30 g rucola lauf
- salt

LEIÐBEININGAR

a) Setjið gulræturnar í stóran pott, hyljið með vatni og látið suðuna koma upp. Lækkið hitann, setjið lok á og eldið í um 20 mínútur þar til gulræturnar eru aðeins mjúkar. Tæmdu og, þegar það hefur kólnað nógu mikið til að hægt sé að höndla það, skerðu í ¼-tommu / 0,5 cm sneiðar.

b) Á meðan gulræturnar eldast, hitið helminginn af olíunni á stórri pönnu. Bætið lauknum út í og eldið við meðalhita í 10 mínútur, þar til hann er gullinbrúnn.

c) Setjið steikta laukinn í stóra blöndunarskál og bætið við pilpelchuma, kúmeni, kúmeni, ¾ teskeið salti, sykri, ediki og olíunni sem eftir er. Bætið gulrótunum út í og blandið vel saman. Látið liggja til hliðar í að minnsta kosti 30 mínútur til að bragðið verði þroskað.

d) Raðaðu salatinu á stórt fat, dreifðu með rucola eftir því sem þú ferð.

63. Steinselju- og byggsalat

Gerir: 4

Hráefni
- ¼ bolli / 40 g perlubygg
- 5 oz / 150 g fetaostur
- 5½ msk ólífuolía
- 1 tsk za'atar
- ½ tsk kóríanderfræ, létt ristuð og mulin
- ¼ tsk malað kúmen
- 3 oz / 80 g flatblaða steinselja, laufblöð og fínir stilkar
- 4 grænir laukar, smátt saxaðir (⅓ bolli / 40 g samtals)
- 2 hvítlauksgeirar, pressaðir
- ⅓ bolli / 40 g kasjúhnetur, létt ristaðar og gróft muldar
- 1 græn paprika, fræhreinsuð og skorin í ⅜ tommu / 1 cm teninga
- ½ tsk malað pipar
- 2 msk nýkreistur sítrónusafi
- salt og nýmalaður svartur pipar

LEIÐBEININGAR
a) Setjið perlubyggið í lítinn pott, hyljið með miklu vatni og sjóðið í 30 til 35 mínútur, þar til það er meyrt en með bita. Hellið í fínt sigti, hristið til að fjarlægja allt vatnið og setjið yfir í stóra skál.
b) Brjóttu fetaostinn í grófa bita, um 2 cm að stærð, og blandaðu í litla skál með 1½ matskeið af ólífuolíu, za'atar, kóríanderfræjum og kúmeni. Blandið varlega saman við og látið marinerast á meðan þið útbúið restina af salatinu.
c) Saxið steinseljuna smátt og setjið í skál með grænlaukunum, hvítlauk, kasjúhnetum, pipar, kryddjurtum, sítrónusafa, ólífuolíunni sem eftir er og soðnu bygginu. Blandið vel saman og kryddið eftir smekk. Til að bera fram, skiptið salatinu á fjóra diska og toppið með marineruðu fetaostinum.

64.Gróft kúrbít og tómatsalat

Gerir: 6

Hráefni

- 8 ljósgræn kúrbít eða venjulegur kúrbít (um það bil 2¼ lb / 1 kg samtals)
- 5 stórir, mjög þroskaðir tómatar (1¾ lb / 800 g samtals)
- 3 msk ólífuolía, auk auka til að klára
- 2½ bollar / 300 g grísk jógúrt
- 2 hvítlauksgeirar, pressaðir
- 2 rauð chili, fræhreinsuð og saxuð
- rifinn börkur af 1 meðalstórri sítrónu og 2 msk nýkreistum sítrónusafa
- 1 msk döðlusíróp, auk auka til að klára
- 2 bollar / 200 g valhnetur, gróft saxaðar
- 2 msk söxuð mynta
- ⅔ oz / 20 g flatblaða steinselja, saxuð
- salt og nýmalaður svartur pipar

LEIÐBEININGAR

a) Forhitið ofninn í 425°F / 220°C. Settu röndótta pönnu yfir háan hita.
b) Skerið kúrbítinn og skerið í tvennt eftir endilöngu. Tómatarnir eru líka helmingaðir. Penslið kúrbítinn og tómatana með ólífuolíu á skurðhliðinni og kryddið með salti og pipar.
c) Núna ætti steikarpannan að vera heit. Byrjaðu á kúrbítnum. Setjið nokkrar af þeim á pönnuna, með skera hliðinni niður og eldið í 5 mínútur; kúrbíturinn á að vera fallega kulnaður á annarri hliðinni. Fjarlægðu nú kúrbítinn og endurtaktu sama ferli með tómötunum. Setjið grænmetið í eldfast mót og setjið í ofninn í um 20 mínútur, þar til kúrbíturinn er mjög meyr.
d) Takið pönnuna úr ofninum og leyfið grænmetinu að kólna aðeins. Saxið þær gróft og látið leka í sigti í 15 mínútur.
e) Þeytið saman jógúrt, hvítlauk, chile, sítrónubörk og safa og melassa í stórri blöndunarskál. Bætið söxuðu grænmetinu, valhnetunum, myntu og mestu af steinseljunni út í og hrærið vel. Kryddið með ¾ tsk salti og smá pipar.
f) Færðu salatið yfir á stóran, grunnan disk og dreifðu því út. Skreytið með steinseljunni sem eftir er. Dreypið að lokum döðlusírópi og ólífuolíu yfir.

EFTIRLITUR

65. Rósavatnsbúðingur (Mahalabiya)

HRÁEFNI:
- 1/2 bolli hrísgrjónamjöl
- 4 bollar mjólk
- 1 bolli sykur
- 1 tsk rósavatn
- Saxaðar pistasíuhnetur til skrauts

LEIÐBEININGAR:
a) Leysið hrísgrjónshveiti upp í litlu magni af mjólk í skál til að búa til slétt deig.
b) Hitið afganginn af mjólk og sykri í potti yfir meðalhita.
c) Bætið hrísgrjónamjölsmaukinu í pottinn, hrærið stöðugt þar til blandan þykknar.
d) Takið af hitanum og hrærið rósavatni út í.
e) Hellið blöndunni í rétta diska og látið kólna.
f) Þegar það hefur verið stillt, geymið í kæli þar til það er kalt.
g) Skreytið með söxuðum pistasíuhnetum áður en þær eru bornar fram.

66.Halwa (Sætur hlaup eftirréttur)

HRÁEFNI:
- 1/2 bolli maísmjöl
- 2 bollar Vatn
- 1 bolli Laxer Sykur
- 2 msk kasjúhnetur, saxaðar (eða möndlur eða pistasíuhnetur)
- 1 msk Smjör
- 1/4 tsk möluð kardimommur
- 2 klípur Rósavatn
- 1 klípa saffranþræðir

LEIÐBEININGAR:
a) Blandið maísmjöli (1/2 bolli) saman við vatn (2 bollar) og setjið til hliðar.
b) Á þykkbotna pönnu, karamellisaðu Caster Sugar (1 bolli). Dragðu úr loganum og bættu maísmjölsblönduðu vatni út í. Í upphafi getur karamellusykurinn orðið harður, en hann bráðnar og verður að sléttum vökva þegar hann hitnar.
c) Hrærið stöðugt til að forðast kekki. Þegar blandan þykknar skaltu bæta við söxuðum kasjúhnetum (2 msk), smjöri (1 msk), malaðri kardimommu (1/4 tsk), rósavatni (2 klípur) og saffranþráðum (1 klípa).
d) Leyfið blöndunni að verða þykk og þar til hún fer að fara úr hliðum pönnunnar.
e) Slökktu á loganum. Hálvan er kannski ekki storknuð strax en hún þykknar þegar hún kólnar.

67. Mushaltat

HRÁEFNI:
FYRIR DEIGIÐ:
- 4 bollar alhliða hveiti
- 1 tsk Salt
- 1 matskeið Sykur
- 1 tsk lyftiduft
- 1 bolli heitt vatn
- 1/2 bolli Mjólk
- 2 matskeiðar Ghee, brætt

FYRIR FYLLINGU:
- 2 bollar hvítur ostur (eins og Akkawi eða Halloumi), rifinn niður
- 1 bolli fersk steinselja, söxuð
- 1/2 bolli grænn laukur, saxaður
- 1/2 bolli ferskur kóríander, saxaður
- 1/2 bolli fersk mynta, söxuð
- 1/2 bolli fetaostur, mulinn
- 1 tsk svört sesamfræ (valfrjálst, til að skreyta)

TIL BURSTU:
- 2 matskeiðar Ghee, brætt

LEIÐBEININGAR:
UNDIRBÚÐU DEIGIÐ:
a) Blandið saman hveiti, salti, sykri og lyftidufti í stóra blöndunarskál.
b) Bætið heitu vatni og mjólk smám saman út í þurrefnin og hrærið stöðugt.
c) Hnoðið deigið þar til það verður slétt og teygjanlegt.
d) Hellið bræddu ghee yfir deigið og hnoðið áfram þar til það hefur blandast vel inn.
e) Hyljið deigið með rökum klút og látið standa í um það bil 1 klst.

UNDIRBÚÐU FYLLINGuna:
f) Í sérstakri skál blandið saman rifnum hvítum osti, ferskri steinselju, grænum lauk, kóríander, myntu og mulið feta.

SAMLAÐU MUSHALTATINN:
g) Forhitið ofninn í 200°C (392°F).

h) Skiptið hvíldar deiginu í litla skammta. Rúllaðu hverjum hluta í kúlu.
i) Fletjið deigkúlu út í þunnan hring á hveitistráðu yfirborði.
j) Setjið ríkulegt magn af osti og kryddjurtafyllingunni á annan helming deighringsins.
k) Brjótið hinn helminginn af deiginu yfir fyllinguna til að mynda hálfhringlaga form. Lokaðu brúnunum með því að þrýsta þeim saman.
l) Setjið saman Mushaltat á bökunarplötu.

BAKKA:
m) Penslið toppinn á hverjum Mushaltat með bræddu ghee.
n) Valfrjálst, stráið svörtum sesamfræjum yfir toppinn til að skreyta.
o) Bakið í forhituðum ofni í um 15-20 mínútur eða þar til þær eru gullinbrúnar.
p) Þegar Mushaltatið er bakað, látið kólna aðeins áður en það er borið fram.
q) Berið fram heitt og njóttu yndislegra bragðanna af Mushaltat!

68.Döðlukaka

HRÁEFNI:
- 2 bollar alhliða hveiti
- 1 bolli smjör, mildað
- 1 bolli sykur
- 4 egg
- 1 bolli döðlumauk
- 1 tsk möluð kardimommur
- 1 tsk lyftiduft
- 1/2 bolli saxaðar hnetur (valhnetur eða möndlur)

LEIÐBEININGAR:
a) Forhitið ofninn í 350°F (175°C). Smyrjið og hveiti kökuform.
b) Í skál, hrærið saman smjör og sykur þar til það er létt og ljóst.
c) Bætið eggjum við einu í einu, þeytið vel eftir hverja viðbót.
d) Blandið döðlumauki, malaðri kardimommu og söxuðum hnetum saman við.
e) Sigtið saman hveiti og lyftiduft, bætið svo smám saman út í deigið og hrærið þar til það hefur blandast vel saman.
f) Hellið deiginu í undirbúið kökuform.
g) Bakið í um 40-45 mínútur eða þar til tannstöngull sem stungið er í miðjuna kemur hreinn út.
h) Leyfið kökunni að kólna áður en hún er skorin í sneiðar.

69. Qamar al-Din búðingur

HRÁEFNI:
- 1 bolli þurrkað apríkósumauk (Qamar al-Din)
- 4 bollar vatn
- 1/2 bolli sykur (stilla eftir smekk)
- 1/4 bolli maíssterkju
- 1 tsk appelsínublómavatn (má sleppa)
- Saxaðar hnetur til skrauts

LEIÐBEININGAR:
a) Leysið apríkósumaukið upp í vatni á meðalhita í potti.
b) Bætið við sykri og hrærið þar til það er uppleyst.
c) Í sérstakri skál, blandið maíssterkju saman við lítið magn af vatni til að búa til slétt deig.
d) Bætið maíssterkjumaukinu smám saman við apríkósublönduna og hrærið stöðugt þar til hún þykknar.
e) Takið af hitanum og hrærið appelsínublómavatni út í ef það er notað.
f) Hellið blöndunni í rétta diska og látið kólna.
g) Geymið í kæli þar til stíft.
h) Skreytið með söxuðum hnetum áður en borið er fram.

70.Kardimommur hrísgrjónabúðingur

HRÁEFNI:

- 1 bolli basmati hrísgrjón
- 4 bollar mjólk
- 1 bolli sykur
- 1 tsk möluð kardimommur
- 1/2 bolli rúsínur
- Saxaðar möndlur til skrauts

LEIÐBEININGAR:

a) Skolið basmati hrísgrjónin og eldið þar til þau eru næstum tilbúin.
b) Hitið mjólk og sykur í sérstökum potti yfir meðalhita og hrærið þar til sykurinn leysist upp.
c) Bætið hálfsoðnu hrísgrjónunum við mjólkurblönduna.
d) Hrærið malaðri kardimommu út í og bætið við rúsínum.
e) Eldið við lágan hita þar til hrísgrjónin eru fullelduð og blandan þykknar.
f) Takið af hitanum og látið kólna.
g) Geymið í kæli þar til það er kalt.
h) Skreytið með söxuðum möndlum áður en borið er fram.

71. Luqaimat (Sætur dumplings)

HRÁEFNI:
- 2 bollar alhliða hveiti
- 1 matskeið sykur
- 1 tsk ger
- 1 bolli heitt vatn
- Olía til steikingar
- Sesamfræ og hunang til skrauts

LEIÐBEININGAR:
a) Blandið saman hveiti, sykri, geri og volgu vatni í skál til að mynda slétt deig. Látið hefast í um 1-2 klst.
b) Hitið olíu á djúpri pönnu.
c) Notaðu skeið, slepptu litlum skömmtum af deiginu í heita olíuna til að mynda litlar bollur.
d) Steikið þar til þær eru gullinbrúnar.
e) Takið úr olíunni og látið renna af á pappírshandklæði.
f) Dreifið hunangi yfir og stráið sesamfræjum yfir áður en það er borið fram.

72.Rósakökur (Qurabiya)

HRÁEFNI:

- 2 bollar semolina
- 1 bolli ghee, brætt
- 1 bolli flórsykur
- 1 tsk rósavatn
- Saxaðar pistasíuhnetur til skrauts

LEIÐBEININGAR:

a) Blandið semolina, bræddu ghee, flórsykri og rósavatni saman í skál til að mynda deig.
b) Mótaðu deigið í litlar smákökur.
c) Setjið kökurnar á bökunarplötu.
d) Bakið í forhituðum ofni við 350°F (175°C) í um 15-20 mínútur eða þar til gullið er.
e) Skreytið með söxuðum pistasíuhnetum og látið þær kólna áður en þær eru bornar fram.

73.Banana- og döðluterta

HRÁEFNI:
- 1 blað tilbúið laufabrauð
- 3 þroskaðir bananar, skornir í sneiðar
- 1 bolli döðlur, grófhreinsaðar og saxaðar
- 1/2 bolli hunang
- Saxaðar hnetur til skrauts

LEIÐBEININGAR:
a) Fletjið smjördeigsplötunni út og setjið í tertuform.
b) Raðið niðursneiddum bananum og söxuðum döðlum á sætabrauðið.
c) Dreypið hunangi yfir ávextina.
d) Bakið í forhituðum ofni við 375°F (190°C) í um 20-25 mínútur eða þar til deigið er gullið.
e) Skreytið með söxuðum hnetum áður en borið er fram.

… 74.Saffran ís

HRÁEFNI:
- 2 bollar þungur rjómi
- 1 bolli þétt mjólk
- 1/2 bolli sykur
- 1 tsk saffranþræðir, liggja í bleyti í volgu vatni
- Saxaðar pistasíuhnetur til skrauts

LEIÐBEININGAR:
a) Þeytið þungan rjómann í skál þar til stífir toppar myndast.
b) Blandið saman þéttri mjólk, sykri og vatni með saffran í sérstakri skál.
c) Blandið þéttu mjólkurblöndunni varlega saman við þeytta rjómann.
d) Færið blönduna í ílát og frystið í að minnsta kosti 4 klukkustundir.
e) Skreytið með söxuðum pistasíuhnetum áður en þær eru bornar fram.

75.Rjómakaramellu (Muhallabia)

HRÁEFNI:
- 1/2 bolli hrísgrjónamjöl
- 4 bollar mjólk
- 1 bolli sykur
- 1 tsk rósavatn
- 1 tsk appelsínublómavatn
- Saxaðar pistasíuhnetur til skrauts

LEIÐBEININGAR:
a) Leysið hrísgrjónamjöl í potti upp í lítið magn af mjólk til að búa til slétt deig.
b) Hitið afganginn af mjólk og sykri í sérstökum potti yfir meðalhita.
c) Bætið hrísgrjónamjölsmaukinu við mjólkurblönduna, hrærið stöðugt þar til blandan þykknar.
d) Takið af hitanum og hrærið rósavatni og appelsínublómavatni saman við.
e) Hellið blöndunni í rétta diska og látið kólna.
f) Geymið í kæli þar til stíft.
g) Skreytið með söxuðum pistasíuhnetum áður en þær eru bornar fram.

76. Mamoul með döðlum

HRÁEFNI:
FYRIR DEIGIÐ:
- 3 bollar semolina
- 1 bolli alhliða hveiti
- 1 bolli ósaltað smjör, brætt
- 1/2 bolli kornsykur
- 1/4 bolli rósavatn eða appelsínublómavatn
- 1/4 bolli mjólk
- 1 tsk lyftiduft

FYRIR DAGSKUNNUN:
- 2 bollar döðlur, saxaðar
- 1/2 bolli vatn
- 1 matskeið smjör
- 1 tsk malaður kanill

FYRIR rykhreinsun (VALFRÆST):
- Púðursykur til að rykhreinsa

LEIÐBEININGAR:
DAGSETNING FYLLING:
a) Blandið saman saxuðum döðlum, vatni, smjöri og möluðum kanil í pott.
b) Eldið við miðlungshita, hrærið stöðugt í, þar til döðlurnar mýkjast og blandan þykknar þannig að hún er eins og deig.
c) Takið af hitanum og látið kólna.

MAMÚLUDEIG:
d) Í stórri blöndunarskál, blandið saman semolina, alhliða hveiti og lyftidufti.
e) Bætið bræddu smjöri út í hveitiblönduna og blandið vel saman.
f) Blandið saman sykri, rósavatni (eða appelsínublómavatni) og mjólk í sérstakri skál. Hrærið þar til sykurinn er uppleystur.
g) Bætið vökvablöndunni við hveitiblönduna og hnoðið þar til þú hefur slétt deig. Ef deigið er of mylsnugt má bæta aðeins meira af bræddu smjöri eða mjólk.
h) Hyljið deigið og látið það hvíla í um 30 mínútur til klukkutíma.
i) **SAMSETNINGU MAMOUL Cookies:**
j) Forhitaðu ofninn þinn í 350°F (175°C).

k) Taktu lítinn hluta af deiginu og mótaðu það í kúlu. Fletjið kúluna út í hendinni og setjið lítið magn af döðlufyllingunni í miðjuna.
l) Settu fyllinguna með deiginu, mótaðu það í slétta kúlu eða kúluform. Þú getur notað Mamoul mót til skrauts ef þú átt þau.
m) Settu fylltu kökurnar á bökunarplötu klædda bökunarpappír.
n) Bakið í 15-20 mínútur eða þar til botnarnir eru orðnir gullinbrúnir. Topparnir breyta kannski ekki mikið um lit.
o) Leyfið kökunum að kólna á ofnplötunni í nokkrar mínútur áður en þær eru settar á vírgrind til að kólna alveg.

VALVÆRI rykhreinsun:
p) Þegar Mamoul-kökurnar eru orðnar alveg kaldar má strá flórsykri yfir þær.

77.sýrlenska Namora

HRÁEFNI:

- 200 g smjör (brætt)
- 225 g sykur
- 3 bollar (500 g) jógúrt
- 3 bollar (600 g) grjónagryfja (2,5 bollar gróft grjóna og 0,5 bollar fínt grjóna)
- 3 msk kókos (fín þurrkuð)
- 2 tsk lyftiduft
- 1 msk rósavatn eða appelsínublóma sykursíróp

LEIÐBEININGAR:
SYKURSÍRÓP:
a) Blandið saman 1 bolla af sykri, ½ bolli af vatni og 1 tsk sítrónusafa í pott.
b) Sjóðið blönduna í 5 til 7 mínútur við meðalhita og látið hana síðan kólna.

NAMORA:
c) Blandið bræddu smjöri og sykri saman, þeytið þar til það hefur blandast vel saman.
d) Bætið jógúrt út í blönduna og þeytið aftur þar til það hefur blandast að fullu saman.
e) Hrærið bæði grófu og fínu semolina, lyftidufti, kókos og rósavatni saman við. Blandið þar til þú færð slétt deig.
f) Hellið deiginu í bollakökuform. Skreyttu bollakökurnar ef til vill með möndluflögum.
g) Bakið deigið í forhituðum ofni við 180 gráður á Celsíus í 15 til 20 mínútur eða þar til hann er gullinbrúnn.
h) Á meðan bollakökurnar eru í ofninum, undirbúið sykursírópið.
i) Þegar bollakökurnar eru bakaðar er sykursírópinu hellt yfir þær á meðan þær eru enn heitar. Þetta mun gera þá raka og bragðmikla.

78.Sýrlenskar döðlubrúnkökur

HRÁEFNI:
FYRIR DAGSLÍMUN:
- 2 bollar döðlur, helst Medjool
- 1/2 bolli vatn
- 1 tsk sítrónusafi

FYRIR BROWNIE deigið:
- 1/2 bolli ósaltað smjör, brætt
- 1 bolli kornsykur
- 2 stór egg
- 1 tsk vanilluþykkni
- 1/2 bolli alhliða hveiti
- 1/3 bolli ósykrað kakóduft
- 1/4 tsk lyftiduft
- 1/4 tsk salt
- 1/2 bolli saxaðar hnetur (valhnetur eða möndlur), valfrjálst

LEIÐBEININGAR:
DAGSETNING LÍMA:
a) Blandið saman döðlum og vatni í litlum potti.
b) Látið suðuna koma upp við meðalhita og eldið í um 5-7 mínútur eða þar til döðlurnar eru orðnar mjúkar.
c) Takið af hitanum og látið kólna aðeins.
d) Flyttu mjúku döðlunum í matvinnsluvél, bættu sítrónusafa út í og blandaðu þar til þú færð slétt deig. Setja til hliðar.

BROWNIE DEJUR:
e) Forhitaðu ofninn þinn í 350°F (175°C). Smyrjið og klæðið bökunarform með bökunarpappír.
f) Í stórri blöndunarskál, þeytið bræddu smjöri og sykri saman þar til það hefur blandast vel saman.
g) Bætið eggjum við einu í einu, þeytið vel eftir hverja viðbót. Hrærið vanilludropa út í.
h) Sigtið saman hveiti, kakóduft, lyftiduft og salt í sérstakri skál.
i) Bætið þurrefnunum smám saman út í blautu hráefnin og blandið þar til það hefur blandast saman.
j) Bætið döðlumaukinu og söxuðum hnetum (ef þær eru notaðar) út í brúnkökudeigið þar til það er jafnt dreift.
k) Hellið deiginu í undirbúið bökunarform og dreifið því jafnt yfir.

l) Bakið í forhituðum ofni í 25-30 mínútur eða þar til tannstöngull sem stungið er í miðjuna kemur út með nokkrum rökum mola.
m) Leyfið brownies að kólna alveg á pönnunni áður en þær eru skornar í ferninga.
n) Valfrjálst: Dustið kakódufti eða flórsykri yfir kældar brownies til skrauts.

79. Baklava

HRÁEFNI:
- 1 pakki af filódeigi
- 1 bolli ósaltað smjör, brætt
- 2 bollar blandaðar hnetur (valhnetur, pistasíuhnetur), smátt saxaðar
- 1 bolli kornsykur
- 1 tsk malaður kanill
- 1 bolli hunang
- 1/4 bolli vatn
- 1 tsk rósavatn (má sleppa)

LEIÐBEININGAR:
a) Forhitið ofninn í 350°F (175°C).
b) Blandið söxuðu hnetunum saman við sykur og kanil í skál.
c) Setjið blað af filodeigi í smurt ofnmót, pensliðu með bræddu smjöri og endurtakið í um það bil 10 lög.
d) Stráið lagi af hnetublöndunni yfir phyllóið.
e) Haltu áfram að setja phyllo og hnetur í lag þar til þú klárar innihaldsefnin, endaðu með efsta lagi af phyllo.
f) Notaðu beittan hníf til að skera baklavan í tígul- eða ferningaform.
g) Bakið í 45-50 mínútur eða þar til þær eru gullinbrúnar.
h) Á meðan baklava er að bakast skaltu hita hunang, vatn og rósavatn (ef það er notað) í potti við lágan hita.
i) Þegar baklavaið er tilbúið skaltu strax hella heitu hunangsblöndunni yfir það.
j) Leyfið baklavainu að kólna áður en það er borið fram.

80.Halawet el Jibn (sýrlenskar sætar ostarúllur)

HRÁEFNI:
- 1 bolli ricotta ostur
- 1 bolli semolina
- 1/2 bolli sykur
- 1/4 bolli ósaltað smjör
- 1 bolli mjólk
- 1 matskeið appelsínublómavatn
- Bleikaðar möndlur til skrauts
- Rifið phyllo deig til að rúlla

LEIÐBEININGAR:
a) Blandið saman ricotta osti, semolina, sykri, smjöri og mjólk í pott.
b) Eldið við meðalhita, hrærið stöðugt þar til blandan þykknar.
c) Takið af hitanum og hrærið appelsínublómavatni út í.
d) Látið blönduna kólna.
e) Takið litla skammta af blöndunni og vefjið þeim inn í rifið filódeig og myndið litlar rúllur.
f) Skreytið með hvítuðum möndlum.
g) Berið þessar sætu ostarúllur fram sem yndislegan eftirrétt eða með morgunverðarálegginu.

81. Basbousa (Semolina kaka)

HRÁEFNI:
- 1 bolli semolina
- 1 bolli kornsykur
- 1 bolli hrein jógúrt
- 1/2 bolli ósaltað smjör, brætt
- 1 tsk lyftiduft
- 1/4 bolli þurrkuð kókoshneta (valfrjálst)
- 1/4 bolli hvítaðar möndlur eða furuhnetur til skrauts
- Síróp:
- 1 bolli kornsykur
- 1/2 bolli vatn
- 1 matskeið rósavatn
- 1 matskeið appelsínublómavatn

LEIÐBEININGAR:
a) Forhitið ofninn í 350°F (175°C).
b) Blandið semolina, sykri, jógúrt, bræddu smjöri, lyftidufti og þurrkaðri kókos saman í skál þar til það hefur blandast vel saman.
c) Hellið deiginu í smurt bökunarform.
d) Sléttið yfirborðið með spaða og skerið í tígulform.
e) Setjið möndlu eða furuhnetu í miðju hvers demants.
f) Bakið í 30-35 mínútur eða þar til þær eru gullinbrúnar.
g) Á meðan kakan er að bakast, undirbúið sírópið með því að sjóða sykur og vatn þar til sykurinn leysist upp.
h) Takið af hitanum og bætið við rósavatni og appelsínublómavatni.
i) Þegar kakan er tilbúin skaltu hella sírópinu yfir hana á meðan hún er enn heit.
j) Leyfðu basbousa að taka í sig sírópið áður en það er borið fram.

82. Znoud El Sit (sýrlensk rjómafyllt sætabrauð)

HRÁEFNI:
- 10 blöð af filódeigi
- 1 bolli þungur rjómi
- 1/4 bolli kornsykur
- 1 tsk rósavatn
- Jurtaolía til steikingar
- Einfalt síróp (1 bolli sykur, 1/2 bolli vatn, 1 tsk sítrónusafi, soðið þar til það er sírópandi)

LEIÐBEININGAR:
a) Þeytið rjómann með sykri og rósavatni í skál þar til stífir toppar myndast.
b) Skerið phyllo blöðin í ferhyrninga (um 4x8 tommur).
c) Setjið matskeið af þeytta rjómanum í annan enda hvers ferhyrnings.
d) Brjótið hliðarnar yfir kremið og rúllið upp eins og vindil.
e) Hitið jurtaolíu á djúpri pönnu og steikið kökurnar þar til þær eru gullinbrúnar.
f) Dýfðu steiktu kökunum í tilbúna einfalda sírópið.
g) Látið znoud el sitja kólna áður en það er borið fram.

83.Mafroukeh (semolína og möndlueftirréttur)

HRÁEFNI:
- 2 bollar semolina
- 1 bolli ósaltað smjör
- 1 bolli kornsykur
- 1 bolli nýmjólk
- 1 bolli hvítaðar möndlur, ristaðar og saxaðar
- Einfalt síróp (1 bolli sykur, 1/2 bolli vatn, 1 tsk appelsínublómavatn, soðið þar til það er sírópandi)

LEIÐBEININGAR:
a) Bræðið smjör á pönnu og bætið semolina út í. Hrærið stöðugt þar til gullið er brúnt.
b) Bætið við sykri og haltu áfram að hræra þar til það hefur blandast vel saman.
c) Bætið mjólk rólega út í á meðan hrært er til að forðast kekki. Eldið þar til blandan þykknar.
d) Takið af hitanum og hrærið ristuðum og söxuðum möndlum saman við.
e) Þrýstið blöndunni í borð og látið kólna.
f) Skerið í tígulform og hellið tilbúnu einfalda sírópinu yfir mafroukeh.
g) Leyfðu því að draga í sig sírópið áður en það er borið fram.

84.Rauð pipar og bakaðar eggjagalettur

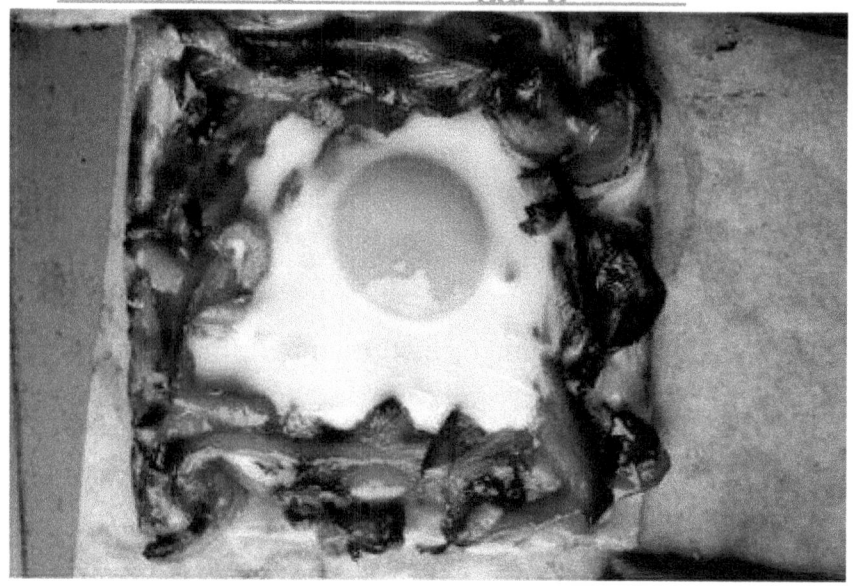

Hráefni:
- 4 meðal rauðar paprikur, helmingaðar, fræhreinsaðar og skornar í ræmur ⅜ tommu / 1 cm breiðar
- 3 litlir laukar, helmingaðir og skornir í báta ¾ tommu / 2 cm á breidd
- 4 timjangreinar, blöð tínd og saxuð
- 1½ tsk malað kóríander
- 1½ tsk malað kúmen
- 6 msk ólífuolía, auk auka til að klára
- 1½ msk flatlauf steinseljublöð, grófsöxuð
- 1½ msk kóríanderlauf, gróft hakkað
- 9 únsur / 250 g hágæða smjördeig
- 2 msk / 30 g sýrður rjómi
- 4 stór egg úr lausagöngu (eða 5½ oz / 160 g fetaostur, mulinn), auk 1 egg, létt þeytt
- salt og nýmalaður svartur pipar

LEIÐBEININGAR:
a) Forhitið ofninn í 400°F / 210°C. Blandið saman papriku, lauk, timjanblöðum, möluðu kryddi, ólífuolíu og dágóðri klípu af salti í stóra skál. Dreifið út á pönnu og steikið í 35 mínútur, hrærið nokkrum sinnum á meðan á eldun stendur. Grænmetið á að vera mjúkt og sætt en ekki of stökkt eða brúnt, því það eldast frekar. Takið úr ofninum og hrærið helmingnum af ferskum kryddjurtum saman við. Smakkið til eftir kryddi og setjið til hliðar. Snúðu ofninn upp í 425°F / 220°C.
b) Á létt hveitistráðu yfirborði, fletjið smjördeiginu út í 12 tommu / 30 cm ferning um ⅛ tommu / 3 mm þykkt og skerið í fjóra 6 tommu / 15 cm ferninga. Stungið ferningana út um allt með gaffli og leggið þá, vel á milli, á bökunarpappírsklædda bökunarplötu. Látið standa í ísskápnum í að minnsta kosti 30 mínútur.
c) Takið deigið úr ísskápnum og penslið toppinn og hliðarnar með þeyttu eggi. Dreifið 1½ tsk af sýrða rjómanum yfir hvern ferning og skilið eftir ¼ tommu / 0,5 cm ramma í kringum brúnirnar með því að nota offset spaða eða aftan á skeið. Raðið 3 matskeiðum af piparblöndunni ofan á ferningana með sýrðum rjóma og látið brúnirnar standa skýrar til að lyfta sér.

Það ætti að dreifa því nokkuð jafnt en skilja eftir grunna brunn í miðjunni til að halda eggi síðar.

d) Bakið galetturnar í 14 mínútur. Takið bökunarplötuna úr ofninum og brjótið heilt egg varlega ofan í holuna í miðju hvers deigs. Settu aftur í ofninn og eldaðu í 7 mínútur í viðbót, þar til eggin eru rétt stíf. Stráið svörtum pipar og restinni af kryddjurtunum yfir og dreypið olíu yfir. Berið fram í einu.

85. Herb Pie

Hráefni:
- 2 msk ólífuolía, auk auka til að pensla sætabrauðið
- 1 stór laukur, skorinn í teninga
- 1 lb / 500 g svissneskur chard, stilkar og lauf fínt rifin en haldið aðskildum
- 5 oz / 150 g sellerí, þunnt sneið
- 1¾ oz / 50 g grænn laukur, saxaður
- 1¾ oz / 50 g rúlla
- 1 oz / 30 g flatblaða steinselja, hakkað
- 1 oz / 30 g mynta, hakkað
- ¾ oz / 20 g dill, saxað
- 4 oz / 120 g anari eða ricotta ostur, mulinn
- 3½ oz / 100 g eldaður Cheddar ostur, rifinn
- 2 oz / 60 g fetaostur, mulinn
- rifinn börkur af 1 sítrónu
- 2 stór egg úr lausagöngu
- ⅓ tsk salt
- ½ tsk nýmalaður svartur pipar
- ½ tsk ofurfínn sykur
- 9 oz / 250 g filo sætabrauð

LEIÐBEININGAR:

a) Forhitið ofninn í 400°F / 200°C. Hellið ólífuolíunni í stóra, djúpa pönnu við meðalhita. Bætið lauknum út í og steikið í 8 mínútur án þess að brúnast. Bætið kartöflustönglunum og sellerínu út í og haltu áfram að elda í 4 mínútur, hrærið af og til. Bætið chard laufunum út í, hækkið hitann í meðalháan og hrærið meðan þú eldar í 4 mínútur, þar til blöðin visna. Bætið við grænum lauk, arugula og kryddjurtum og eldið í 2 mínútur í viðbót. Takið af hellunni og setjið yfir í sigti til að kólna.

b) Þegar blandan er orðin köld, kreistið eins mikið vatn út og þið getið og setjið í blöndunarskál. Bætið ostunum þremur, sítrónuberki, eggjum, salti, pipar og sykri saman við og blandið vel saman.

c) Leggðu út blað af filo deigi og penslið með smá ólífuolíu. Hyljið með öðru laki og haltu áfram á sama hátt þar til þú hefur 5 lög af filo pensluð með olíu, öll þekja það svæði sem er nógu stórt til að klæðast hliðum og botni 8½ tommu / 22cm tertuforms, auk auka til að hanga yfir brúnina . Klæðið bökuformið með sætabrauðinu, fyllið með kryddjurtablöndunni og brjótið umframdeigið yfir brún fyllingarinnar, klippið sætið eftir þörfum til að búa til ¾ tommu / 2 cm brún.

d) Búðu til annað sett af 5 filolögum penslaður með olíu og settu þau yfir bökuna. Skerið deigið aðeins upp til að mynda bylgjaðan, ójafnan topp og klippið kantana til svo það hylji bökuna. Penslið með ólífuolíu og bakið í 40 mínútur, þar til filoið verður fallega gullbrúnt. Takið úr ofninum og berið fram heitt eða við stofuhita.

86. Burekas

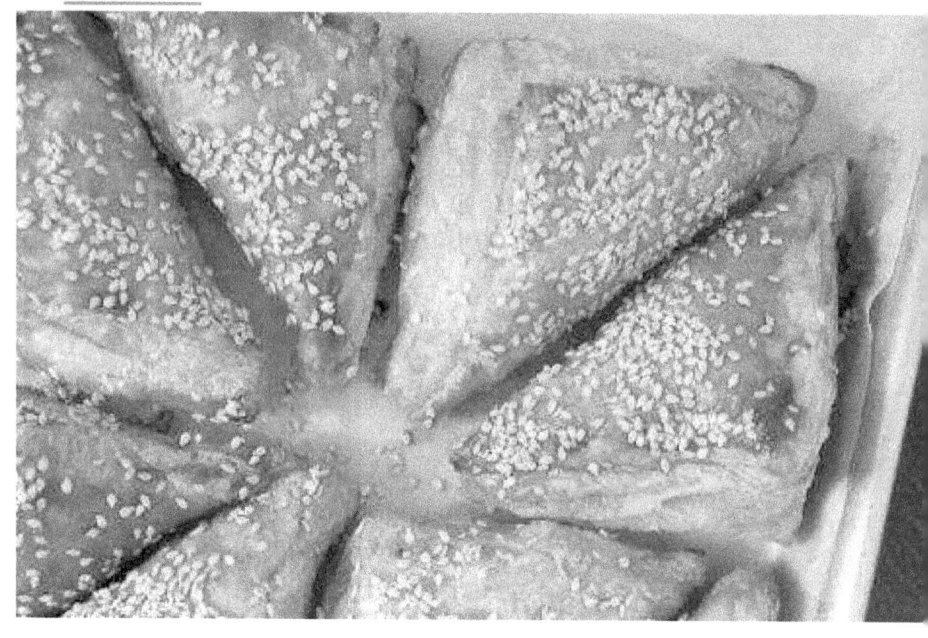

Hráefni:
- 1 lb / 500 g hágæða smjördeig
- 1 stórt lausagönguegg, þeytt

RICOTTA FYLLING
- ¼ bolli / 60 g kotasæla
- ¼ bolli / 60 g ricotta ostur
- ⅔ bolli / 90 mulinn fetaostur
- 2 tsk / 10 g ósaltað smjör, brætt

PECORINO FYLLING
- 3½ msk / 50 g ricotta ostur
- ⅔ bolli / 70 g rifinn lagaður pecorino ostur
- ⅓ bolli / 50 g rifinn lagaður Cheddar ostur
- 1 blaðlaukur, skorinn í 2 tommu / 5 cm hluta, hvítaður þar til hann er mjúkur og smátt saxaður (¾ bolli / 80 g samtals)
- 1 msk söxuð flatblaða steinselja
- ½ tsk nýmalaður svartur pipar

FRÆ
- 1 tsk nigella fræ
- 1 tsk sesamfræ
- 1 tsk gul sinnepsfræ
- 1 tsk kúmenfræ
- ½ tsk chile flögur

LEIÐBEININGAR:
a) Fletjið deigið út í tvo 12 tommu / 30 cm ferninga hver ⅛ tommu / 3 mm þykkt. Setjið sætabrauðsplöturnar á bökunarpappírsklædda ofnplötu – þær geta hvílt ofan á hvort öðru, með smjörpappír á milli – og látið standa í ísskáp í 1 klst.

b) Setjið hvert sett af fyllingarefni í sérstaka skál. Blandið saman og setjið til hliðar. Blandið öllum fræjunum saman í skál og setjið til hliðar.

c) Skerið hverja sætabrauðsplötu í 4 tommu / 10 cm ferninga; þú ættir að fá 18 ferninga samtals. Skiptið fyrstu fyllingunni jafnt á helming ferninganna, setjið henni með skeið á miðju hvers fernings. Penslið tvær aðliggjandi brúnir hvers fernings með eggi og brjótið ferninginn í tvennt til að mynda þríhyrning. Þrýstu út hvaða lofti sem er og klíptu hliðarnar vel saman. Þú vilt þrýsta mjög vel á brúnirnar svo þær opnist ekki við eldun.

Endurtaktu með hinum sætabrauðsferningunum og seinni fyllingunni. Setjið á bökunarpappírsklædda ofnplötu og kælið í ísskáp í að minnsta kosti 15 mínútur til að stífna. Forhitið ofninn í 425°F / 220°C.

d) Penslið tvær stuttar brúnir hvers sætabrauðs með eggi og dýfið þeim í fræblönduna; örlítið magn af fræjum, aðeins ⅙ tommu / 2 mm á breidd, er allt sem þarf, þar sem þau eru nokkuð ríkjandi. Penslið toppinn á hverju sætabrauði líka með eggi, forðastu fræin.

e) Gakktu úr skugga um að kökurnar séu með um það bil 1¼ tommu / 3 cm millibili. Bakið í 15 til 17 mínútur, þar til gullinbrúnt yfir allt. Berið fram heitt eða við stofuhita. Ef eitthvað af fyllingunni rennur út úr kökunum við bakstur skaltu bara troða því varlega aftur inn þegar þau eru nógu köld til að höndla.

87. Ghraybeh

Hráefni:

- ¾ bolli auk 2 msk / 200 g ghee eða hreinsað smjör, úr ísskápnum svo það sé fast
- ⅔ bolli / 70 g konfektsykur
- 3 bollar / 370 g alhliða hveiti, sigtað
- ½ tsk salt
- 4 tsk appelsínublómavatn
- 2½ tsk rósavatn
- um 5 msk / 30 g ósaltaðar pistasíuhnetur

LEIÐBEININGAR:

a) Í hrærivél með þeytafestingunni, kremið ghee og sælgætissykurinn saman í 5 mínútur, þar til það er loftkennt, rjómakennt og fölt. Skiptið þeytaranum út fyrir pískinn, bætið hveiti, salti og appelsínublómi og rósavatni út í og blandið í góðar 3 til 4 mínútur þar til samræmt, slétt deig myndast.
b) Vefjið deigið inn í plastfilmu og kælið í 1 klst.
c) Forhitið ofninn í 350°F / 180°C. Klípið deigstykki, sem vegur um ½ oz / 15 g, og rúllið því í kúlu á milli lófana. Fletjið það aðeins út og leggið á bökunarplötu klædda bökunarpappír. Endurtaktu með restina af deiginu, raðaðu kökunum á klæddar plötur og fjarlægðu þær vel. Þrýstið 1 pistasíu í miðju hverrar köku.
d) Bakið í 17 mínútur, passið að smákökurnar taki ekki á sig lit heldur eldist bara í gegn. Takið úr ofninum og látið kólna alveg.
e) Geymið kökurnar í loftþéttu íláti í allt að 5 daga.

88. Mutabbaq

Hráefni:
- ⅔ bolli / 130 g ósaltað smjör, brætt
- 14 blöð filo sætabrauð, 12 x 15½ tommur / 31 x 39 cm
- 2 bollar / 500 g ricotta ostur
- 9 oz / 250 g mjúkur geitamjólkurostur
- muldar ósaltaðar pistasíuhnetur, til að skreyta (valfrjálst)
- SÍRÓP
- 6 msk / 90 ml vatn
- ávalar 1⅓ bollar / 280 g ofurfínn sykur
- 3 msk nýkreistur sítrónusafi

LEIÐBEININGAR:
a) Hitið ofninn í 450°F / 230°C. Penslið bökunarplötu um það bil 11 x 14½ tommu / 28 x 37 cm með smá af bræddu smjöri. Dreifið filo lak ofan á, stingið því í hornin og leyfið brúnunum að hanga yfir. Pensllið allt með smjöri, setjið annað blað yfir og pensllið aftur með smjöri. Endurtaktu ferlið þar til þú hefur 7 blöð jafnt staflað, hver pensllað með smjöri.
b) Setjið ricotta og geitamjólkurost í skál og stappið saman með gaffli og blandið vel saman. Dreifðu yfir efstu filo blaðið og skildu eftir ¾ tommu / 2 cm ljóst í kringum brúnina. Pensllið yfirborð ostsins með smjöri og toppið með 7 blöðum af filo sem eftir eru, pensllið hverja fyrir sig með smjöri.
c) Notaðu skæri til að klippa um ¾ tommu / 2 cm af brúninni en án þess að ná í ostinn, svo hann haldist vel lokaður í sætabrauðinu. Notaðu fingurna til að stinga filo-kantunum varlega undir deigið til að fá snyrtilega brún. Pensllið með meira smjöri yfir allt. Notaðu beittan hníf til að skera yfirborðið í um það bil 2¾ tommu / 7 cm ferninga, láttu hnífinn næstum ná botninum en ekki alveg. Bakið í 25 til 27 mínútur, þar til þær eru gullnar og stökkar.
d) Á meðan deigið er að bakast, undirbúið sírópið. Setjið vatnið og sykurinn í lítinn pott og blandið vel saman með tréskeið. Setjið yfir meðalhita, látið suðuna koma upp, bætið sítrónusafanum út í og látið malla varlega í 2 mínútur. Takið af hitanum.
e) Hellið sírópinu rólega yfir deigið um leið og þú tekur það úr ofninum og vertu viss um að það komist jafnt inn í. Látið kólna í 10 mínútur. Stráið muldum pistasíuhnetunum yfir, ef þær eru notaðar, og skerið í sneiðar.

89. Sherbat

HRÁEFNI:
- 1 lítra Mjólk
- 1 bolli Sykur
- 1/2 bolli Rjómi
- Nokkrir dropar Vanilla Essence
- 1 tsk sneiðar möndlur
- 1 tsk Pistasíuhnetur í sneiðum
- 1 matskeið vanillukrem
- 1 klípa saffran

LEIÐBEININGAR:
a) Sjóðið mjólkina í potti.
b) Bætið sykri, rjóma, vanilluþykkni, vanillukremi, saffran, sneiðum möndlum og sneiðum pistasíuhnetum út í sjóðandi mjólk.
c) Eldið blönduna á lágum hita þar til mjólkin þykknar. Hrærið stöðugt til að forðast að festast við botninn.
d) Fjarlægðu pottinn af loganum og láttu sherbatinn kólna niður í stofuhita.
e) Þegar blöndunni hefur verið kólnað skaltu setja hana í kæli til að kæla vel.
f) Sherbat er nú tilbúið til framreiðslu.
g) Hellið kældu sherbatinu í glös og skreytið með möndlum og pistasíuhnetum til viðbótar ef vill.

DRYKKIR

90.Kasmír Kahwa

HRÁEFNI:
- 4 bollar vatn
- 4-5 grænir kardimommubelgir, muldir
- 4-5 heilir negull
- 1 kanilstöng
- 1 tsk fínt rifið ferskt engifer
- 2 matskeiðar grænt te lauf
- Klípa af saffran þráðum
- 4-5 möndlur, hvítaðar og skornar í sneiðar
- 4-5 pistasíuhnetur, saxaðar
- Hunang eða sykur eftir smekk

LEIÐBEININGAR:
a) Í pott, láttu 4 bolla af vatni sjóða.
b) Bætið grænum kardimommubungum, heilum negul, kanilstöng og fínt rifnum ferskum engifer út í sjóðandi vatnið.
c) Leyfðu kryddunum að malla í 5-7 mínútur til að koma bragðinu út í vatnið.
d) Lækkið hitann í lágan og bætið grænu telaufum út í kryddað vatnið.
e) Leyfðu teinu að draga í um það bil 2-3 mínútur. Vertu varkár ekki of bratt til að forðast beiskju.
f) Bættu smá af saffranþráðum við teið, sem gerir það kleift að gefa líflegan lit og fíngerða bragðið.
g) Hrærið blanchuðum og sneiðum möndlum ásamt söxuðum pistasíuhnetum saman við.
h) Sætið Kashmiri Kahwa með hunangi eða sykri eftir því sem þú vilt. Hrærið vel til að leysast upp.
i) Sigtið Kashmiri Kahwa í bolla eða litlar skálar til að fjarlægja telaufin og heil krydd.
j) Berið teið fram heitt og skreytið með hnetum ef vill.

91.Mint límonaði (Limon w Nana)

HRÁEFNI:
- 4 sítrónur, safi
- 1/2 bolli sykur
- 6 bollar vatn
- Fersk myntublöð
- Ísmolar

LEIÐBEININGAR:
a) Blandið sítrónusafa og sykri í könnu þar til sykurinn leysist upp.
b) Bætið vatni út í og hrærið vel.
c) Myljið nokkur myntulauf og bætið þeim í könnuna.
d) Kælið í að minnsta kosti 1 klst.
e) Berið fram yfir ísmola, skreytt með fersku myntulaufi.

92. Sahlab

HRÁEFNI:
- 2 bollar mjólk
- 2 matskeiðar sahlab duft (möluð orkídeurót)
- 2 matskeiðar sykur
- 1/2 tsk malaður kanill
- Mistar pistasíuhnetur til skrauts

LEIÐBEININGAR:
a) Hitið mjólk yfir meðalhita í potti.
b) Í lítilli skál, blandaðu sahlab dufti með smá kaldri mjólk til að mynda slétt deig.
c) Bætið sahlab-maukinu og sykri út í volga mjólkina, hrærið stöðugt þar til hún þykknar.
d) Takið af hitanum og látið kólna.
e) Hellið í skammtabolla, stráið möluðum kanil yfir og skreytið með muldum pistasíuhnetum.

93. Tamarind safi (Tamar hindí)

HRÁEFNI:
- 1 bolli tamarindmauk
- 4 bollar vatn
- Sykur (valfrjálst, eftir smekk)
- Ísmolar
- Myntublöð til skrauts

LEIÐBEININGAR:
a) Blandið tamarindmauki saman við vatn í könnu.
b) Sætið með sykri ef vill.
c) Hrærið vel þar til tamarindmaukið er alveg uppleyst.
d) Kælið í að minnsta kosti 1 klst.
e) Berið fram yfir ísmola, skreytt með myntulaufum.

94. Rósavatnslímonaði

HRÁEFNI:
- 4 sítrónur, safi
- 1/4 bolli sykur (stilla eftir smekk)
- 4 bollar kalt vatn
- 1 matskeið rósavatn
- Ísmolar
- Fersk rósablöð til skrauts

LEIÐBEININGAR:
a) Blandið saman nýkreistum sítrónusafa og sykri í könnu.
b) Bætið við köldu vatni og hrærið þar til sykurinn er uppleystur.
c) Hrærið rósavatni út í.
d) Kælið í að minnsta kosti 1 klst.
e) Berið fram yfir ísmola og skreytið með ferskum rósablöðum.

95.Saffranmjólk (Haleeb al-Za'fran)

HRÁEFNI:
- 2 bollar mjólk
- 1/4 tsk saffranþræðir, liggja í bleyti í volgu vatni
- 2 matskeiðar hunang (stilla eftir smekk)
- Malaður kanill til skrauts

LEIÐBEININGAR:
a) Hitið mjólk í potti þar til hún er volg.
b) Bætið við vatni og hunangi með saffran, hrærið vel.
c) Hellið í afgreiðslubolla.
d) Skreytið með stökki af möluðum kanil.
e) Berið fram heitt.

96.Granatepli mocktail

HRÁEFNI:
- 1 bolli granateplasafi
- 1/2 bolli appelsínusafi
- 1/4 bolli sítrónusafi
- Gosvatn
- Sykur (valfrjálst, eftir smekk)
- Ísmolar
- Appelsínusneiðar til skrauts

LEIÐBEININGAR:
a) Blandið granateplasafa, appelsínusafa og sítrónusafa í könnu.
b) Sætið með sykri ef vill.
c) Fylltu glös með ísmolum.
d) Hellið safablöndunni yfir ísinn.
e) Toppið með gosvatni.
f) Skreytið með appelsínusneiðum.

97. Saffran límonaði

HRÁEFNI:
- 4 sítrónur, safi
- 1/4 tsk saffranþræðir, liggja í bleyti í volgu vatni
- 1/2 bolli sykur (stilla eftir smekk)
- 4 bollar kalt vatn
- Ísmolar
- Fersk myntulauf til skrauts

LEIÐBEININGAR:
a) Blandið saman nýkreistum sítrónusafa, vatni með saffran og sykri í könnu.
b) Bætið við köldu vatni og hrærið þar til sykurinn er uppleystur.
c) Kælið í að minnsta kosti 1 klst.
d) Berið fram yfir ísmola og skreytið með fersku myntulaufi.

98.Kanill döðluhristingur

HRÁEFNI:
- 1 bolli döðlur, grófhreinsaðar og saxaðar
- 2 bollar mjólk
- 1/2 tsk malaður kanill
- Hunang (valfrjálst, eftir smekk)
- Ísmolar

LEIÐBEININGAR:
a) Blandið saman hakkuðum döðlum, mjólk og möluðum kanil í blandara.
b) Blandið þar til slétt.
c) Sætið með hunangi ef vill.
d) Bætið ísmolum út í og blandið aftur.
e) Hellið í glös og berið fram kælt.

99. Kókos kardimommuhristingur

HRÁEFNI:
- 1 bolli kókosmjólk
- 1 bolli hrein jógúrt
- 1/2 tsk möluð kardimommur
- Sykur eða hunang (stilla eftir smekk)
- Ísmolar
- Ristar kókosflögur til skrauts

LEIÐBEININGAR:
a) Blandaðu saman kókosmjólk, venjulegri jógúrt, malaðri kardimommu og sætuefni í blandara.
b) Blandið þar til það hefur blandast vel saman.
c) Bætið ísmolum út í og blandið aftur.
d) Hellið í glös og skreytið með ristuðum kókosflögum.

100.Minty grænt te

HRÁEFNI:
- 2 grænt tepokar
- 4 bollar heitt vatn
- 1/4 bolli fersk myntulauf
- Sykur eða hunang (stilla eftir smekk)
- Ísmolar
- Sítrónusneiðar til skrauts

LEIÐBEININGAR:
a) Setjið grænt tepoka í heitu vatni í um það bil 3-5 mínútur.
b) Bætið ferskum myntulaufum við heitt teið.
c) Sætið með sykri eða hunangi og hrærið vel.
d) Leyfið teinu að kólna og geymið síðan í kæli.
e) Berið fram yfir ísmola, skreytt með sítrónusneiðum.

NIÐURSTAÐA

Þegar við ljúkum matreiðslukönnun okkar í gegnum „HEIMUR MIÐAUSTURLENSKI GRÆNMETISÆTAN", vonum við að þú hafir upplifað gleðina og auðæfin sem miðausturlensk grænmetismatargerð færir á borðið. Hver uppskrift á þessum síðum er til vitnis um fjölbreyttan og grípandi heim jurtatengdrar matar á svæðinu - hátíð djörfs bragðs, fersku hráefnis og matargerðarhefða sem spanna aldir.

Hvort sem þú hefur smakkað ilmandi krydd líbanskrar linsubaunasúpu, dekrað við þig í ljúffengum vínberjalaufum eða notið sætleika eftirréttar með pistasíu, þá treystum við því að þessar 100 uppskriftir hafi stækkað góminn og fært lífinu. kjarni Miðausturlenskrar grænmetismatargerðar inn í eldhúsið þitt.

Þegar þú heldur áfram að kanna heim matreiðslu sem byggir á plöntum, gæti "HEIMUR MIÐAUSTURLENSKI GRÆNMETISÆTAN" hvetja þig til að gera tilraunir með nýtt hráefni, fagna fegurð ferskrar afurðar og faðma gleðina af hollum og bragðmiklum máltíðum. Hér er áframhaldandi uppgötvun á grænmetisæta frá Mið-Austurlöndum og listina að lyfta gómnum með plöntubundinni matargerð!